கெண்டைமீன் குளம்

குறுநாவல்கள்

என். ஸ்ரீராம்

டிஸ்கவரி பப்ளிகேஷன்ஸ்

எண்: 9, பிளாட் எண்: 1080A, ரோஹிணி பிளாட்ஸ்
முனுசாமி சாலை, கே.கே.நகர் மேற்கு,
சென்னை - 600 078. பேச: 99404 46650

வெளியீட்டு எண்: 0287

கெண்டைமீன் குளம் (குறுநாவல்கள்)
ஆசிரியர்: என். ஸ்ரீராம்©

Kendai Meen Kulam (Short Novels)
Author: N.Shriram©
Print in India
Discovery 1st Edition: Dec - 2023
ISBN No : 978-81-19541-35-5
Pages - 148
Rs - 180

Publisher • Sales Rights

Discovery Publications
No. 9, Plot,1080A, Rohini Flats,
Munusamy Salai,
K.K.Nagar West, Chennai - 78.
Tamilnadu, India.
Mobile: +91 99404 46650

Discovery Book Palace (P) Ltd
No. 1055-B, Munusamy Salai,
K.K.Nagar West,
Chennai-600 078.
Ph: (044) 4855 7525
Mobile: +91 87545 07070

discoverybookpalace@gmail.com / www.discoverybookpalace.com

இந்த நூலில் பிரசுரமாகியுள்ள எந்த ஒரு பகுதியையும் எழுத்துபூர்வமான முன்அனுமதி பெறாமல் எடுத்தாள்வதோ, மறுபிரசுரம் செய்வதோ, மொழியாக்கம் செய்வதோ, ஊடகங்களில் மறுபதிப்புச் செய்வதோ, காப்புரிமைச் சட்டப்படி தடை செய்யப்பட்டுள்ளது. இந்த நூலிலிருந்து சில பகுதிகளை மேற்கோள்காட்டி நூல்அறிமுகம் செய்யலாம்.

உங்கள் மொபைல் போனிலிருந்து ஸ்கேன் செய்து 'டிஸ்கவரி புக் பேலஸ்' மொபைல் ஆப்பை டவுன்லோடு செய்து, புத்தகங்களை வாங்குங்கள்.

சமர்ப்பணம்..
செலவாந்திரங்களின் சங்கமமாக திகழ்ந்த பெரியம்மா அம்பிகாவதிக்கு

வெண்முகில்கள் நகரும் தருணம்

காார்மழை காலத்தின் உச்சிப்பொழுது. வைகாசிமாத வெயில் அனலாக கருக்கிக் கொண்டிருந்தது. கட்டிடங்களின் மேலே தெளிந்த நீல வானம். பெரிய பெரிய வெண்முகில்கள் மேற்கு நோக்கி நகர்ந்தவண்ணமிருந்தன. நான் என் மனைவி, மகனோடு காங்கேயம் பேருந்து நிலையத்தில் நின்றிருந்தேன். எங்கள் ஊரிலிருந்து வந்து மாமனார் ஊர் செல்லும் நகரப்பேருந்துக்காக காத்திருந்த வேளை அது. நாவலாசிரியர் ஆர். ஷண்முகசுந்தரம் பிறந்த ஊரான கீரனூரில் இறங்கிதான் மாமனார் வீட்டுக்குச் செல்ல வேண்டும். கீரனூருக்கு பேருந்து என்பது குதிரைக் கொம்புதான்.

பேருந்து நிலையத்துக்குள் நுழையும் ஒவ்வொரு நகரப்பேருந்துமே நாங்கள் செல்லவிருக்கும் பேருந்துபோல தோற்றம் காட்டி எங்கள் எதிர்பார்ப்பை கூட்டிக் கொண்டிருந்தது. நாங்கள் செல்லும் பேருந்துக்காக காத்திருந்து இப்படி ஏமாந்த வேளையில் நான் நேரத்தைக் கடத்த வேறுவழியின்றி பேருந்து நிலையத்தை நோட்டம் விட்டேன். திங்கள் கிழமை. சந்தைநாள் வேறு. உருமால்கட்டிய கிராமத்து ஆசாமிகள் நிறைய அலைந்துகொண்டிருந்தார்கள். கொஞ்சதூரத்தில் வெற்றிலை எச்சில் கடைவாயில் ஒழுக இரண்டு பெண்கள் நின்று பேசிக்கொண்டிருந் தார்கள். ஒவ்வொரு பேருந்து வந்து நிற்கும்போதும் திமுதிமுவென கூட்டம் ஓடியது. எனக்கு நேரம் போக மறுத்தது. பேருந்து நிலைய பகல் காட்சியை மறுபடியும் நோக்கினேன். ஊசிபாசி விற்கும் நரிக்குறவப் பெண்கள், திராட்சை, முறுக்கு விற்கும் வாலிபர்கள். அவ்வேளையில் என் மனைவி ஓர் இடத்தை சுட்டிக்காட்டினாள். நான் உடனே திரும்பி அவ்விடத்தைப் பார்த்தேன். இளநீர் வியாபாரம் நடக்கும் இடத்திற்கு அருகில் ஓர்காட்சி என்னையும் உலுக்கியது.

வெயில் குடையின் கீழ் கிளிசோசியக்காரன் ஒருவன் வித்தியாசமான தொனியில் சோசியம் பார்த்துக்கொண்டிருந்தான். எதிரில் அமர்ந்திருந்த பெண்மணிக்கு ஐம்பது வயது இருக்கும். அழுது கொண்டிருந்தாள். விதவை. வெறும்கழுத்து. காவிநிறப் புடவையும், ரவிக்கையும் அணிந்திருந்தாள். துயரத்தின் ரேகை படிந்த முகம். அந்த பெண்மணி அழுகை அடங்கி கண்ணீரை முந்தானையில் துடைத்து ஆசுவாசப் படுத்தினாள். கிளிசோசியக்காரன் மறுபடியும் கிளியை திறந்து விட்டான். கிளி இன்னொரு சீட்டு எடுத்துக் கொடுத்தது. இந்தமுறையும் அந்த பெண்மணிக்கு பத்துதலை ராவணன் மாதிரி ஏதோ ஓர் படம் வந்துவிட்டது. கிளிசோசியக்காரன் மொபட்டில் பேட்டரி வைத்து பொருத்தியிருந்த டேப்ரிகார்டரில் ஓர் பாடலை ஓடவிட்டான். உடுக்கை ஒலியோடு கூடிய பாடல். புறச் சப்தங்களை கிழித்து வெளிப்பட்டது. சாம்ராஜ்யங்கள் சரிந்த கதை கரகரத்த குரலில் கணீரென்று ஒரு கணம் சுற்றுப்புறத்தையே ஸ்தம்பிக்கச் செய்தது. அந்த பெண்மணி மறுபடியும் நீர் கோர்த்த கண்களைத் துடைத்தாள். எழுந்தபடி பத்து ரூபாய் நோட்டை நீட்டினாள். பணத்தை வாங்கிக்கொண்ட கிளிசோசியக்காரன் மேலும் எதோ சொன்னான். அந்த பெண்மணி வாழ்வின் கடைசி ஆதாரமும் தகர்ந்துபோன துக்கத்துடன் நகர்ந்தாள். சற்று தள்ளிப் போய் நவீன கழிப்பிடம் பக்கம் நின்று கேவி கேவி அழுதாள். நாங்கள் பார்த்துக் கொண்டேயிருந்தோம். எங்களுக்கான பேருந்து இன்னும் வந்தபாடில்லை. அப்பொழுது என் மனைவி என்னிடம் சொன்னாள்.

"எதை எதையோ எழுதுறீங்களே... இதை எழுதுங்களே... பாவமா இருக்கு அந்தம்மாவப் பாத்தா.." பார்க்கும் சம்பவம் ஒரு சிறு பொறிதான். அதை ஊதி ஊதி தணலாக்கி, ஓர் பெரிய காட்டுத்தீ ஆக்குவது எழுத்தாளன் வேலை என்பார்கள். அதைத்தான் இந்த சம்பவத்தை எடுத்துக்கொண்டு நானும் செய்து பார்த்தேன். ஆனால் நடந்ததோ ஓர் விநோதம். நியாயமாக பார்த்தால் தன் எதிர்காலமே அவநம்பிக்கையாகி விட்டதாக அழும் அந்த பெண்மணியின் வாழ்வைத்தான் நான் கதையாக்கி இருக்கவேண்டும். இல்லையெனில் அந்த தந்திரக்கார கிளிசோசியக்காரனின் வாழ்வை முன், பின் அமைத்து நான் கதையாக்கி இருக்கவேண்டும். எழுதி முடித்தபோது இந்த இருவரும் முதன்மை இல்லாமல் வேறு யாரோ முதன்மையான கதாபாத்திரமாகி, 'கருப்பணவெளி' உருவாகி நிற்கிறது. இதுதான் எழுத்தின் மாய விளையாட்டு, எழுதுபவனுக்கே புரியாத சூட்சுமம்.

பொழுது தெற்கே சாய்ந்து இறங்கும் மார்கழி அந்தி. மாலைசாமி கோவிலுக்கு சென்றுவிட்டு நான் சைக்கிளில் கிழக்கே வந்து கொண்டிருந்தேன். நல்லிமடத்திலிருந்து தெற்கே செல்லும் மண்சாலையை நான் கடந்தபோது நாகராஜூம், ஏட்டுமணியனும் தென்பட்டனர். பசுமை போர்த்திய வெளியின் மீது எங்கும் மஞ்சள் வெயில் படிந்து கிடந்தது. ஆங்காங்கே அணையும் பறவைகளின் மெல்லிய முனகல் ஒலி எழுந்துகொண்டிருந்தன. மூவரும் யதேச்சையாக சந்தித்துக் கொண்டாலும் நின்றபடி வெகுநேரம் பேசிக் கொண்டிருந்தோம். பேச்சு பட்டிநாய்களைப் பற்றி திரும்பிற்று. அப்போது நாகராஜ் திடீரெனக் கேட்டார்.

"மனுசங்கள்ல பொம்பள வெற்றி, ஆட்டுல கெடாய் வெற்றி, மாட்டுல பூச்சிகாள வெற்றி, கோழில சேவல் வெற்றி, ஆனா நாயில எது வெற்றி?"

நாகராஜ் புணர்ச்சியின்போது அதிகநேரம், அல்லது அதிகம் பேரை சமாளிக்கும் உடல்பலத்தையே இப்படி குறிப்பிட்டார். நாங்கள் இருவரும் புரியாமல் ஒருகணம் நாகராஜையே பார்த்தோம். சிரிப்பினூடே நாகராஜ் இப்படி சொன்னார். "நாயுல ஆம்பள வெற்றி, பொம்பள வெற்றியே கெடையாது.....ஒருக்கா முண்டு போட்டுக்கிட்டா எறங்கற வெரைக்கும் இழுத்துக்கிட்டு கெடக்க வேண்டியதுதான்..."

மூவரும் வாய்விட்டு சிரித்தோம். மஞ்சள் வெயில் மறைந்துவிட்டது. எங்கும் இருளுக்கான முகாந்திரம். வெளி நிசப்தத்தினூடே இறுக்கமாயிற்று. நான் கிளம்பி வீட்டுக்கு வந்துவிட்டேன். அந்த உரையாடலில் ஏதோ ஒன்று மறைந்திருப்பதாகவே எனக்கு பூடகமாக அடிக்கடி தோன்றிக்கொண்டே இருந்தது. நாட்கள் கழிந்தன. எழுதமுடியவில்லை. சில மாதங்களுக்கு முன் ஓர்நாள் இரவு நஞ்சுண்டன் பெங்களூரிலிருந்து பேசினார். அவர் 'செம்மை' என்று ஓர் இதழ் கொண்டு வர இருப்பதாகவும், என்னை ஒரு சிறுகதை கொடுக்கும்படியும் கேட்டார். பக்கங்களைப் பற்றி கவலையில்லை நெடுங்கதையாகவும் இருக்கலாம் என்றார். எழுத நான் பதினைந்து நாட்கள் அவகாசம் கேட்டிருந்தேன். நஞ்சுண்டனிடம் ஓர் பழக்கம் உண்டு. சரியாக பதினைந்து நாட்கள் கழித்து சொன்ன தேதிக்கு கதையைக் கேட்பார். ஏதாவது பொய் காரணம் சொல்லி ஏமாற்ற முடியாது. நான் உடனே எழுதும் எண்ணத்திற்கு வந்தேன். எதை

எழுதுவது? பத்து வருடங்களுக்கு பின்னால் நான் நாகராஜின் அந்த உரையாடலை எடுத்து கதையாக்கும் முயற்சியில் இறங்கினேன். அந்திவெயில் உருவாயிற்று.

எழுத்தின் மாய விளையாட்டு இப்போதும் தன் சுயரூபத்தை காட்டிவிட்டது.

பொழுது தாமதமாய் கிளம்பி தென்னைகளுக் கிடையே செங்கோலமாய் எட்டிப் பார்த்த கார்த்திகை மாதத்தின் மென்பனிக்காலை. நான், தங்கை, தமிழரசி, அண்ணன் கண்ணப்பண் ஆகியோர் தோட்டத்து வீட்டு வாசலில் நின்று வாயிலிருந்து காற்றை ஊதி, ஆவி பறந்து போகும் விநோதத்தை ரசித்தபடி இருந்தோம். அந்த இளம் பிராயத்தில் அது ஒரு சுவாரசியமான விளையாட்டாக எங்களுக்குள் நீண்டுகொண்டிருந்தது. அவ்வேளை நாய்கள் பலமாக குரைத்தபடி தெற்கே தோட்டத்தின் கடவைப் பார்த்து ஓடின. காதில் கடுக்குபோட்டபடி எந்து பற்களுடன் ஒருவர் என் வயதை ஒத்த ஓர் பையனுடன் வந்து வாசலில் நின்றார். பையன் தென்னோலை பந்தலின் மரக்காலை பிடித்தபடி நின்று சிரித்தான். பையன் வயிறு துருத்தி, பூரண வளர்ச்சி இல்லாதவன் போல கொஞ்சம் விசித்திரமான தோற்றத்தில் இருந்தான். அவன்தான் 'மண்ணுத்தின்னீ. எங்கள் தோட்டத்தில் செம்மறியாடுகள் மேய்க்க, பண்ணையத்தில் சேருவதற்காக, தாழக்கரையிலிருந்து வந்திருந்தான். அவன் அதிகவருடங்கள் எங்களுக்கு மேய்க்கவில்லை என்றாலும் அவனிடம் இருந்த ஒரு ஆடு வித்தியாசமான பழக்கம் எங்களை வெகுவாக பாதித்தது. கண்முன்னால் பார்த்த மன்னுத்தின்னீயின் வாழ்வை என்னுடைய நடையிலேயே புனைவாக்கி யிருக்கிறேன்.

எழுதும்போது நேரும் எழுத்தின் மாயவிளையாட்டு இதிலும் விளையாண்டு கிளைச் சம்பவங்களை கலைத்து அடுக்கி முதல் மற்றும் முடிவை தன் வசதிக்கு தகுந்தாற்போல் என்னிடம் மாற்றி வாங்கிவிட்டது. மழைக்காலத்தில் ஓர் சிறு வெயில் பொழுது. மைதானத்தில் எறிபந்து விளையாடும் மாணவர்களை சிரிரங்கன் ஆசிரியர் வகுப்பறைக்கு விரட்டுவது ஜன்னலுக்கு வெளியே தெரிந்தது. எட்டாம் வகுப்பில் நாங்கள் மொத்தம் எண்பத்தொன்பது மாணவர்கள். வகுப்பறையில் மாணவர்களை ஆசிரியர் அடக்கி ஆள்வது கொஞ்சம் சிரமம்தான். அன்று அந்த பீரியட் லட்சுமி நாராயணன் ஆசிரியர் அறிவியல் பாடம் நடத்திக்கொண்டிருந்தார். அவர் "காது கிள்ளு"

போடும் ஆசிரியர் என்பதால் வகுப்பில் ஒரே நிசப்தம். அப்போதுதான் அந்த செய்தி வந்தது. இந்திராகாந்தியை சுட்டுவிட்டார்களாம்.

என். சின்னச்சாமி பிள்ளை நகராட்சி உயர்நிலைப் பள்ளியின் மொத்த மாணவர்களும் ஒரே நேரத்தில் வெளியே வந்து குவிந்தோம். பேருந்துகள் நின்றுவிட்டன. கடைவிதியில் கடை மூடப்பட்டு விட்டன. எறும்புசாரையை கலைத்ததுபோல் ஜனங்கள் பீதிர்கெட்டமாதிரி அலைந்து கொண்டிருந்தார்கள். ஊர் செல்ல தாராபுரத்திலிருந்து பதிமூன்று கிலோமீட்டர் தூரத்தை கடந்தாக வேண்டும். ஊர் செல்லும் வழி என்ன என்கிற பீதி என் முகத்தில் படிந்துவிட்டது. பரபரப்பும் பதட்டமும் அடைந்தேன்.

நான் எப்படி ஊர் சென்றேன் என்பதுதான் 'குதிரைவண்டிக்காரனும் ஒன்பது குழந்தைகளும், இருபத்தைந்து வருடங்களுக்கு பின்னால் எழுதியதால் சில நிகழ்வுகள் நீண்டும், சில நிகழ்வுகள் குறைந்தும் இடம்பெற்றிருக்ககூடும்

பிரபல பஞ்சாபி எழுத்தாளர் நிரஞ்சன் தஸ்நீம் எழுதிய பொழுது புலர்ந்தது' புதினத்தை வாசித்தபின் இக்கதையும் ஓர் வரலாற்று பதிவு என்றே எனக்கு தோன்றுகிறது.

இத்தொகுப்பின் தலைப்பு கதையான கெண்டைமீன் குளத்தைப் பற்றி எதுவும் அதிகம் சொல்ல வேண்டியதில்லை. அதுமாதியான பாத்திரங்கள் எல்லா ஊர்களிலும் இருக்கிறார்கள்.

சுருங்க எழுதவேண்டிய முன்னுரையை இவ்வளவு பீடிகையுடன் விஸ்தீரமாக எழுதுவது கூட இக்கதைகள் வெறும் கற்பனை அல்ல, அச்சு அசலான மனிதர்களின் வாழ்வின் பிரதிகள் என நிருபிக்கத்தான். படித்து முடிக்கும்போது அதனை நீங்களும் உணரவேண்டும் என்கிற சிறு நப்பாசையும், ஓர் காரணமாக இருக்கலாம். மற்றபடி இதில் கருப்பணவெளி' பூனைகளின் தோரனை, பொம்மலாட்டத்தில் மகாராஜாக்கள். உயிர் எழுத்துவில் வெளிவந்த கதை. கணையாழிக்கு அடுத்து குறுநாவல்களை தொடர்ந்து வெளியிட்டு எழுத்தாளனுக்கு எழுத ஊக்கமும், உற்சாகமும் நல்கும் உயிர்எழுத்து சுதீர்செந்திலுக்கு இத்தருணத்தில் என் மனமார்ந்த நன்றியை பதிவு செய்ய கடமைப்பட்டுள்ளேன்.

அதேபோல் 'அந்திவெயில்' லை தன் செம்மை இதழில் 'செம்மை'யாக வெளியிட்ட நஞ்சுண்டன் அவர்களுக்கும் மண்ணுத்தின்னியை மண்கால் வேட்கை யாக்கி தன் கல் குதிரையில் வெளியிட்ட கோணங்கி அவர்களுக்கும் கெண்டை மீன் குளத்தை மணல்வீடுவில் வெளியிட்ட மு.ஹரி கிருஷ்ணனுக்கும் நன்றி.

நான் தொடர்ந்து வாசிக்கவும், எழுதவும் நேரத்தை கொடுத்துதவும் மனைவி ராதா, மகன் அபிஷேக்குமார் ஆகியோருக்கு என்றும் பிரியங்கலந்த நன்றி.

முதல்பதிப்பை வெளியிட்ட தோழமை கு. பூபதிக்கும் இரண்டாம் பதிப்பு வெளியிடும் டிஸ்கவரி மு.வேடியப்பனுக்கும் மனமார்ந்த நன்றி.

பிரியமுடன்,

என். ஸ்ரீராம்

9841716099

06.11.2023

உள்ளே

கெண்டைமீன் குளம்	13
அந்திவெயில்	38
கருப்பண வெளி	56
மண்கால் வேட்கை	80
குதிரை வண்டிக்காரனும் ஒன்பது குழந்தைகளும்!	98
பூனைகளின் தோரணை	112
பொம்மலாட்டத்தில் மகாராஜாக்கள்	128

கெண்டைமீன் குளம்

வெளித்திண்ணையில் படுத்திருந்த இவன் திடுக்கிற்றுக் கண் விழித்தான். பாதி வாசலுக்கு மேல் நிலா வெளிச்சத்தைத் திண்ணையின் எறப்பு நிழல் மறைத்திருந்தது. நேரத்தைச் சரியாக அனுமானிக்க முடியவில்லை. சிறிதுநேரம் புறவெளியின் சப்தங்களை உற்றுக்கேட்டான். எங்கும் சேவல் கூவக்காணோம். நூறு ரூபாய் போட்டு ஒரு கடிகாரம் வாங்கமுடியாத தன் பிழைப்பின் மீது கோபம் எழுந்தது. முழங்காலுக்குக் கீழே அவிழ்ந்து கிடந்த வாயில்வேஷ்டியைச் சுருட்டிப் பிடித்துக்கொண்டே எழுந்து நின்றான். திண்ணை எறப்பில் தலை இடிக்காமல் இருக்க குனிந்துகொண்டு வாசலுக்கு இறங்கினான். ஒரு முனையைப் பற்களில் கடித்துக்கொண்டு வேஷ்டியை இறுக்கிக் கட்டினான். பின்பு மேலே அண்ணாந்து வானத்தைப் பார்த்தான். உலைக்கால் விண்மீன்கள் உச்சிக்குப் போயிருந்தன. அதன் கீழாகக் கீழ்த்திசையிலிருந்து தேய்பிறை நிலா மேலேறிக்கொண்டிருந்தது. சுவர்க்கோழிகளின் சப்தம் கேட்டபடியே இருந்தன.

இவன் உள்தாழிடப்பட்டிருந்த கதவை தட்டி சகுந்தலாவிடம் சொல்லிவிட்டுப் புறப்படலாமாவென ஒருகணம் யோசித்தான். அப்புறம் சொல்லாமலேயே புறப்படுவது என முடிவு செய்தான். சகுந்தலா மீது இவனுக்கிருந்த கோபம் இன்னும் தீரவில்லை. ஆத்திரம் நிறைந்த மனசு இன்னும் படபடத்துக்கொண்டேதான் இருந்தது. ஆனாலும் நேற்றிரவு வயசுப்புள்ளைகள் முன்னால் அவளைக் கைநீட்டி அடித்திருக்கக் கூடாது என்றுகூட இவனுக்கு இப்போது தோன்றியது. சகுந்தலாவை நினைக்கையில் கோபமும், இரக்கமும் மாறிமாறி வருவதாக உணர்ந்தான். வாசற்படியோரம் கிடந்த செருப்பைத் தொட்டுக்கொண்டான். தலைக்கு உருமாலையை இறுக்கிக்கட்டினான்.

மண்வீதியில் இறங்கி மேற்குமுகமாக நடந்தான். இவன் நிழல் இவனுக்கு முன்னே நீண்டு விழுந்துபோனது. இப்போது

நிலாவைச் சுற்றிப் பரிவட்டம் கட்டியிருந்தது. நிறைய நட்சத்திரங்கள் பளிச்சிட்டன. விளக்குக் கம்பத்தில் அமர்ந்திருந்த ஒற்றை ஆந்தை விசுக்கெனப் பறந்தது. சிறகுகளின் சடசடப்பு கேட்டது. அந்த ஆந்தை ஏழுகன்னிமார்கள் கோவில் அத்திமரத்து வாதுக்குள் போய்ப் புகுந்துகொண்டது. அங்கு வீதியில் உதிர்ந்து விழுந்து அழுகிக் கொண்டிருக்கும் அத்திப்பழங்களின் வாடை வீசிக்கொண்டிருந்தது. இவனுக்கு அந்த இடத்தைக் கடக்கும்போது மறுபடியும் சகுந்தலா ஞாபகம் வந்தது. அன்று விடிந்தும் விடியாமல் இருந்தது. இவன் திண்ணையில் படுத்து உறங்கிக்கொண்டிருந்தான். திடீரென எருதுகளின் கொம்புச் சலங்கை ஒலி காதுகளை நிறைத்தது. இவன் தூக்கம் கலைந்து எழுந்து உட்கார்ந்தான். வாசலில் சவ்வாரி வண்டி ஒன்று வந்து திரும்பி நின்றது. வண்டி ஓட்டுபவன் எருதுகளின் கயிறுகளைச் சுண்டிப் பிடித்துக்கொண்டிருந்தான். எருதுகள் வாயில் நுரைதள்ளிப் பெருமூச்செறிந்தன. இவனுக்கு வண்டி எங்கோ தூரத்து ஊரிலிருந்து வந்திருக்கவேண்டும் எனப்பட்டது. தாவணி போட்ட ஒரு பெண்ணை இரண்டு பேர் சேர்ந்து பிடித்து வண்டியிலிருந்து கைத்தாங்கலாக இறக்கினார்கள்.

இவன் அவசரமாக எழுந்து நின்றான். துப்பட்டியையும், பாயையும் சுருட்டித் திண்ணையின் மூலையோரம் தள்ளினான். அவர்கள் அதற்குள் அந்தப் பெண்ணைத் திண்ணையில் கொண்டுவந்து உட்காரவைத்தார்கள். இவன் கிட்டத்தில் அந்த பெண்ணைப் பார்த்தவுடன் திடுக்கிட்டுப் போனான். பதினெட்டு வயதுக்குள்தான் இருக்கும். அந்தப் பெண்ணுக்கு எந்த பிரக்ஞையுமில்லை. முழிகள் மேலேறி தொலைவில் எங்கோ வெறித்துக்கொண்டிருந்தன. இவன் வாசலில் இறங்கி நின்றான். அந்தப் பெண்ணின் தோளைப் பற்றியிருந்த பெரியவர் பேசினார்.

"இங்க பாடம் போடறது?"

"நாந்தானுங்க..."

"நாங்க கொளுஞ்சுவாடி பக்கம் மீனாட்சிபுரத்துல இருந்து வர்றோம் தம்பி... தப்பா நெனைச்சுக்ககூடாது...நீங்க கொழந்தைக்குதா... பாடம் போடுவீங்கன்னு தெரியும்... இருந்தாலும் இவள ய்யேங் உங்ககிட்ட கூட்டியாந்தோம்னா... உங்க பாடத்துமேலே இருக்கற நம்பிக்கைதான்..."

இவன் புரியாமல் பெரியவரைப் பார்த்தான்.

"ரெண்டு மாசத்துக்கு முன்னால மசங்க நேரம் வெளிக்கு போயிட்டு வந்த பொண்ணு... ஏதேதோ ஒளற ஆரம்பிச்சுட்டா... பிரமகத்தி புடிச்ச மாதிரியே இருக்கா... நாங்களும் பார்க்காத பண்டுதமில்லை... முந்தா நாளு உங்க ஊரு கடுக்குக்கார மாட்டேவாரிதான் உங்களப் பத்தியும் உங்க கைராசியப் பத்தியும் சொன்னாரு..."

இவனுக்கு இப்போது எல்லாம் புரிந்தது. பெரியவரின் பேச்சுக்குக் குறுக்கே இடைமறிக்காமல் மௌனமாகவே நின்றான்.

"நான் மறுக்காவும் சொல்லறேன்... கோவிச்சுக்கப்படாது... ஒரே ஒருமுறை தின்னீரு மந்திரிச்சு செரவடிச்சு வுட்டுருங்க... கழுத பொழைச்சா கலியாணம் காட்சியின்னு பண்ணறேன்... இல்லீயனா சுடுகாட்டுல போட்டு கருமாதி பண்ணறேன்..."

பெரியவர் விரக்தியாய்ப் பேசிமுடித்தார்.

இவன் மறுபடியும் ஒருமுறை அந்தப் பெண்ணைப் பார்த்தான். சோற்றுக்குடியே இல்லாதவள் போலக் காணப்பட்டாள். ஒவ்வொரு நாளும் இளைத்து இந்நிலைக்கு வந்திருக்கவேண்டும். இவன் வாசலைக் கடந்து வட்டில் சொம்பு விளக்குற மண்தாழியில் முகத்தைக் கழுவி வாயைக் கொப்பளித்தான். விளக்கு மாடத்திலிருந்த திருநீற்று டப்பியை எடுத்தான். எறவானத்தில் சொருகியிருந்த முறத்தை எடுத்து அதில் திருநீற்றிரைக் கொட்டினான். திண்ணையில் கிழக்கு பார்த்து உட்கார்ந்தான். கண்களை மூடினான். திருநீற்றில் விரல்கள் கோடுகளை வரைந்தன. அழித்தன. திரும்பவும் கோடுகளை வரைந்தன. மந்திரங்கள் வாய்க்குள் ஒலித்தன. எல்லாரும் இவனையே பார்த்துக்கொண்டிருந்தனர். பொழுது கிளம்பிவிட்டது. தெற்குவெளிப்பக்கம் கரிக்குருவிகள் கத்தின. வண்டியோட்டி வந்தவன் எருதுகளை அவிழ்த்து நுகத்தடியில் கட்டிவிட்டு மூக்காணி மீது அமர்ந்தான். பீடி பற்ற வைத்தான்.

இவன் கண்களைத் திறந்தான். புன்னகைத்தான். முறத்துத் திருநீற்றை ஒரு சிமிட்டாவு அள்ளி பெண்ணின் வாயில் திணித்தான். கட்டளையிட்டான்.

"தின்னு.... எப்படி இருக்குன்னு சொல்லு"

"கசக்குது"

இரண்டு மாதத்துக்குப் பின் இன்றுதான் பெண் பேசுகிறது. விழிகள் கீழிறங்கின. முகம் சாந்தமடைந்தன. சுவாசம் சீராயிற்று. இவன் மடியிலிருந்த முறத்தைக் கீழே வைத்தான். எழுந்து வீட்டின்

என். ஸ்ரீராம் | 15

பின்கட்டுக்குப் போனான். வேம்பின் வாதுகளை வளைத்து குலை ஒடித்து வந்தான். வாசலில் நின்று பெரியவரைக் கேட்டான்.

“பொண்ணு பேரு என்னங்க?”

“சகுந்தலா!”

இவன் பெண்ணை உற்று நோக்கிk கட்டளையிட்டான்.

“சகுந்தலா எழுந்து இங்க வந்து கெழக்குப்பாத்து நில்லு?”

சகுந்தலா மறுபேச்சு பேசவில்லை. வசியப்பட்டவள் போலத் திண்ணையிலிருந்து எழுந்தாள். இவன் அருகில் வந்து கிழக்கு பார்த்து நின்றாள். இவன் வேப்பங்குலையில் சிரவடித்தான். நான்கு தினங்கள் கடந்தது. விடிவதற்கு முன் பெரியவர் அதேபோல் சவ்வாரி வண்டி கட்டிக்கொண்டு வந்தார்.

“பொண்ணு சொகமாயிட்டா... காணிக்கை என்ன தரணுமுன்னு சொல்லுங்க?”

இவன் பெரியவரை நேராக இந்த ஏழு கன்னிமார்கள் சன்னதி முன்பு கூட்டிவந்து நிறுத்தினான். இப்போது இருக்கிற இந்த மேற்கூரை பெரியவர் காணிக்கைக்குப் பதிலாகச் செய்ததுதான். காங்கேயம் சந்தைக்குக் காளைக்கன்று பிடிக்க மீனாட்சிபுரம் போனான். கட்டுத்தரையில் சகுந்தலாவைப் பார்த்தான். அதன்பின்பு அடிக்கடி சகுந்தலாவை நினைப்பான். அப்படி நினைக்கும்போது இவனிடம் மெல்லியதாய் ஒரு சிரிப்பு வரும். அந்த வருடம் ஆவணியில் கடுக்குக்கார வியாபாரியும் பெரியவரும் பேசினார்கள். சகுந்தலாவைக் கல்யாணம் பண்ணி பதினெட்டு வருடங்கள் ஓடிவிட்டன. இவன் மௌனமாக நடந்தவண்ணம் இருந்தான்.

மூன்றாம் ஜாமத்தில் ஊர் பெரும் நிசப்தம் பூண்டு கிடந்தது. காராட்டுப் பூனைகள் மட்டும் ஒன்றிரண்டு எதிர்ப்பட்டு ஓடின. நடுவளவில் பால்காரன்வீட்டைக் கடக்கும்போது அவனது சைக்கிள் பால்கேனோடு வெளித்திண்ணை சுவரோரம் சார்த்தி நிறுத்தப்பட்டிருப்பதைக் கண்டான். திண்ணை மீது யாரோ கட்டிலில் படுத்திருந்தார்கள். பால்காரனாகத்தான் இருக்கக்கூடும். இப்போதே பாறாங்கல்லைத் தூக்கிப்போட்டு கொன்றுவிட்டு ஜெயிலுக்குப் போனால்தான் என்ன என்று இவனுக்கு எண்ணம் எழுந்தது. ஆத்திரம் தணிவதற்காக அவ்விடத்தை வேகமாகக் கடந்தான்.

பால்காரன் சீட்டு பிடிப்பதற்காக இவன் வீட்டுக்கு வந்தபோதே தம்பி சொன்னான்.

“அண்ணா... பால்காரன் குடிகெடுத்த பயல்... அவன வூட்டுல சவகாசம் வெச்சுக்காதே....”

இவன் பால்காரனிடம் சீட்டு போட்டுப் பணத்தை இழந்து விடுவோம் என்று தம்பி எச்சரிப்பதாக நினைத்தான். சீட்டுப்பணத்தைத் துவக்கத்திலேயே கழுவு பற்றி கவலைப்படாமல் தள்ளி எடுத்துக் கொண்டு எச்சரிக்கையாக இருப்பதாக நினைத்துக்கொண்டான்.

ஆறுமாதங்கள் போயிருந்தன. அந்தி சாய்ந்தால் போதும் அரைப்படி பால் வீட்டுக்கு வரும். ஞாயிற்றுக் கிழமை விடிந்தால் வாழை மட்டையில் மடக்கிக் கட்டிய வெள்ளாட்டுக் கறியோடு பால்காரன் சமயற்கட்டில் நுழைவான். மூன்று பெண்களுக்கும் வேண்டியதை வாங்கித் தந்தான். சகுந்தலாவும், மூன்று பெண்களும் எதற் கெடுத்தாலும் ‘பால்காரமாமா’வைக் கூப்பிட்டார்கள். இவன் அப்போதும் சந்தேகப்படவில்லை. ஊர் பேசத் துவங்கிற்று. இவனுக்குத் தெரியவேயில்லை. சந்தையில்லாத பகல்பொழுதில் விநாயகர் கோவில் குறிஞ்சி மண்டபத்தில் அமர்ந்து பாஞ்சாங்கரம் விளையாடினான். எதிர் கையில் அமர்ந்து ஆடுகளை நகர்த்திக் கொண்டிருந்த கோழிக்காரன் பாதி ஆட்டத்தில் எழுந்தான்.

“ஏம்ப்பா...?”

“பொழுதுக்கும் வெளையாண்டாலும் நாய ஆடு கட்டமுடியாது... பொறகு வாரேன்...”

அவன் குறிஞ்சியைவிட்டுக் கீழே குதித்தான்.

“என்ற கொளுந்தியா மாசமா இருக்கா... புள்ளையும் பொண்டாட்டியும் பலகாரம் கொண்டுபோறாங்க... நாம்போயித்தான் கூட்டிப் போகனும்...”

“அட உக்காருப்பா... உன்னொரு ஆட்டை போடலாம்.. நீ கூட்டிப் போகலீன்னா அவுங்க போகமாட்டாங்களா... இவ்விடத்திக்கு இருக்கற ஊரு...”

“உனக்குதா வூட்டுல பால்காரன் இருக்கே... உம்பொண்ட்டாட்டிய எங்கவேண்ணாலும் கூட்டிப் போவே... எனக்கு ஆரு இருக்கா...”

இவனுக்கு ஒரு கணம் எல்லாம் ஸ்தம்பித்தது. உடல் வெட வெடத்தது. நடுக்கம் கண்டது. பின் சுயக்கட்டுப்பாடு இழந்து சட்டென ஆத்திரம் பொங்கிற்று. கெட்டவார்த்தையில் கோழிக்காரனைத் திட்டியபடி அடிக்கக் கையை ஓங்கினான். கீழே குதிக்கவிடாமல் ஊமையன் பிடித்துக்கொண்டான். இவன் திமிறினான். ஊமையன்

விடவில்லை. வேட்டியை மடித்துக்கொண்டு கோழிக்காரன் வீதியில் நின்று சிரித்தபடியே சொன்னான்.

"நெசத்த சொன்னா ஏம்ப்பா கோபப்படறே?"

கோழிக்காரன் வீதியில் இறங்கி நடந்தான். அவன் டயர் செருப்புகள் சப்தத்துடன் புழுதியையும் கிளப்பின. அவன் போவதை இவனால் வெறிக்க மட்டுமே முடிந்தது. இயலாமையும், கோபமும் ஒருசேர பொங்கின. விழிக்கடையோரம் நீர் கோர்த்தது. பாஞ்சாங்கர முத்துகள் இறைந்து விட்டன. ஊமையன் கையைத் தளர்த்திவிட்டான். இவன் முன்பு வந்து குத்தவைத்து உட்கார்ந்தான். சுற்றும் முற்றும் பார்த்துவிட்டு சாடையில் முனகினான்.

"பெபெ..பெ...பெ..பெ..பெ.."

ஊமையனின் ஜாடை இவனுக்குப் புரிந்தது. பால்காரனுடன் சகுந்தலா சேர்ந்து போவதைத் தான் பார்த்ததாக ஊமையன் ஜாடையில் அபிநயித்துக் காண்பித்தான். அடுத்து கோழிக்காரன் சொல்வது நிஜம் என்றும் ஜாடை காட்டி அபிநயித்தான்.

கடுக்குக்கார வியாபாரியின் வீடு மேற்குவளவின் மேற்கு கோடியில் இருந்தது. வீட்டுக்குப் பின்புறம் கட்டுத்தரை. வாசலில் கயிற்றுக் கட்டில் போட்டு கடுக்குக்கார வியாபாரி படுத்திருந்தார். தலை முதல் கால் வரை மூடிப் போர்த்தியிருந்த துப்பட்டிக் குள்ளிருந்து குறட்டை ஒலி வெளிப்பட்டது. இவன் காலடி அரவம் எழுப்பாமல் எட்டு வைத்து வாசலைக் கடந்தான். கட்டுத் தரைக்குள் மாடுகளின் அசைவுகள் தென்பட்டன. ஊமையன் மாடுகளைப் பிணைத்துக்கொண்டிருந்தான். இவன் சாணிகளை மிதித்துவிடாமல் பார்த்து பார்த்து மாடுகளினூடே நுழைந்து நடந்தான். சிலது வாலை விசிறிக்கொண்டிருந்தன. மூத்திரத்துளிகள் தெறித்தன. நேற்றிரவு இவன் சொல்லிவிட்டு வந்திருந்ததுபோலவே ஊமையன் மாடுகளை ஜோடி சேர்த்துப் பிணைத்திருந்தான். இவன் ஊமையனைப் பார்த்து கையால் ஜாடை காட்டிக் கேட்டான்.

"முடுக்கலாமா?"

ஊமையன் தான் தயார் என்பதுபோல் பதிலுக்கு ஜாடை காட்டிச் சிரித்தான். இவனுக்கும் சிரிப்பு வந்தது. இன்று மொத்தம் பதினெட்டு உருப்படிகள்தாம். பிணைத்தவை எட்டு ஜோடிகள். ஒரு கறவை மாடும் கன்றும். இவன் படல்வேலியில் சொருகியிருந்த சாட்டைக் குச்சியை எடுத்துக்கொண்டான். கறவை மாட்டை அவிழ்த்துப்

பிடித்தான். கன்றுக்கு இன்னும் கறம்பை மாறவில்லை. மாட்டின் பின்னங்காலடியில் முகைந்து நின்று காம்பைப் பற்ற முயன்றது. மாடு பின்னங்காலை உதறிற்று. மடி கொஞ்சம் சுரந்துதான் கிடந்தது.

ஊமையன் கட்டுத்தரைக் கடவுப்படலைத் திறந்து வைத்தான். பிணையல் மாடுகள் ஜோடி ஜோடியாக வெளியே முட்டின. ஊமையன் சப்தமிட்டு விரட்டினான். கயிற்றுக்கட்டிலிலிருந்து கடுக்குக்கார வியாபாரி எழுந்து உட்கார்ந்திருந்தார். அவர் விரலிடுக்கில் பீடிக் கங்கு சுடர்ந்தது. புகையைவிட்டுக்கொண்டே பேசினார்.

"தெக்கோட்டுல கறிக்கடைப்பக்கம் புளியமரத்தடியோரம் கெடைய நிறுத்துங்க... அங்கதா உனியும் சுலக்கையும் கொறச்சலா இருக்கும். கெழக்கு வெளுக்க நா... வந்துருவேன்... அதுக்குள்ள வளர்த்திக்காரன் எவனாச்சும் வந்து கேட்டான்னா... கறவமாட்ட தாட்டிவுட்டுரு... பணத்த செரியா எண்ணி வாங்கு... கணக்குட்டுறாதே...ம்ம்ம்... முடுக்கு முடுக்கு... தார்குச்சியில கீது குத்திராதீங்க... கெழட்டு எருதுகள ரொம்ப எருவாம பாத்துக்குங்க..."

கடுக்குக்கார வியாபாரி இருபதுரூபாய் நோட்டை இவனிடம் நீட்டினார். இவன் வாங்கிக்கொண்டான். பணத்தை அவர் எங்கு வைத்திருந்தார் எனத் தெரியவில்லை. இவனுக்கும், ஊமையனுக்கும் டீ குடிப்பதற்கும், பீடி வாங்குவதற்குமான பணம் அது. பிணையல் மாடுகள் வரிசைகட்டி வீதியில் இறங்கின. ஊமையன் சாட்டையைச் சொடுக்கி மாடுகளை அதட்டினான். மண்பாதை மணல்துகள்கள் லாடக்குளம்பில் நெறிபட்டன. இங்கிருந்து தாராபுரம் சந்தையை அடைய மூன்று மணிநேரமாவது பிடிக்கும். போனவாரம் திங்கட்கிழமை சாய்ங்காலம், காங்கேயம் சந்தையில் விற்காத மாடுகளையும் கடுக்குக்காரவியாபாரி வாங்கிய மாடுகளையும் பிணைத்து இவனும் ஊமையனும் ஓட்டிவந்துகொண்டிருந்தார்கள். இந்த மாடுகள் எல்லாவற்றையும் செவ்வாய்க்கிழமை கோழிகூப்பிட தாராபுரம் சந்தைக்கு ஓட்டிப் போகவேண்டும். காங்கேயத்துக்கும், தாராபுரத்துக்கும் இடையே இவர்கள் ஊர் இருந்ததால் ஊரில் இராத்தங்கல். தார்ச்சாலையிலிருந்து பிணைத்த மாடுகளைக் கிழக்கே இந்த மண்பாதைக்குத் திருப்பினான். இருபது மைல்தூரம் நடந்துவந்த மாடுகள் நெடுமூச்செறிந்து சோர்வாய் நடந்தன. இவனுக்கும் நெடியநடையில் கால்கள் தளர்ந்துவிட்டன. மூட்டுகள் வலித்தன. மாடுகளின் குளம்படியில் தடம் புழுதியாயிருந்தது.

பால்காரன் பால்நிரம்பிய ஈயக்கேன்களை சைக்கிளில் கட்டி மண்பாதையில் மேற்குபார்த்து உருட்டிக்கொண்டு வந்தான். மாடுகள் மிரட்சியாகப் பார்த்தபடி விலகின. இவன் கோழிக்காரன் பேசியதில் நம்பிக்கையில்லாதவனாகப் பால்காரனிடம் கேட்டான்.

“ஏஞ் சுப்பிரமணி... உண்டவூட்டுக்கே ரெண்டகம் பண்ணிட்டியே... கூட இருந்தே வூட்டிய அறுத்துட்டியே... ஊர் பேசறளவுக்கு இப்பிடி வெச்சிட்டியே... நான் உனக்கு என்ன பாவஞ்செஞ்சே...”

“பால் தொவஞ்சிரும்... நான் சீக்கிரம் போகணும் உன்னோட சில்லற ஞாயத்தப் பேசறதுக்கு இப்ப எனக்கு நேரமில்ல... எதா இருந்தாலும் வெடியால வா பேசிக்கலாம்...”

பால்காரன் சைக்கிளை நகர்த்தி உருட்டினான். இவனுக்குக் கோபம் வந்தது. மேற்காகத் திரும்பினான்.

“எதறா சில்லற ஞாயம்... நீ அடுத்தவங் குடிய கெடுப்பே... நா அதக்கேட்டா உனக்கு அது சில்லற ஞாயமா தெரியுதா...”

“இப்ப கேட்டுட்டில போ...”

“ம்ம்ம்... நாளையும் பொறகு எங்கூட்டுப்பக்கம் வராதே... எதாச்சும் சாக்கு போக்கு வெச்சுக்கிட்டு வந்தீனா போட்டு தள்ளீட்டு ஜெயிலுக்குப் போகவும் தயங்கமாட்டே...”

பால்காரன் உருட்டிய சைக்கிளை நிறுத்தினான். திரும்பிப் பார்த்து பேசினான்.

“நீ வரவேண்டாம்கறே... நான் வரல.... உம்பொண்டாட்டி கூப்பிட்டா என்னப்பா செய்யறது?”

அவன் நக்கலாகச் சிரித்துவிட்டு மேலும் சைக்கிளை உருட்டினான். இவனால் ஆத்திரத்தை மட்டுப்படுத்தமுடியவில்லை. முகத்தில் தசைகள் நடுங்கின. ஓடிப்போய் சைக்கிள் கேரியரைப் பற்றி நிறுத்தினான். பால்காரன் திரும்பவும் இவன் அவன் கன்னத்தில் அறைந்தான். பால்காரன் சுதாரிப்பதற்குள் இவன் சைக்கிளை எட்டி உதைத்தான். சைக்கிள் சப்தத்துடன் தரையில் சரிந்தது. பால்கேனின் மூடி கழன்று பால் மண்ணில் வெள்ளையாய்ப் பரவிற்று. பால்காரனுக்கும் கோபம் வந்தது. இவனைக் கெட்டவார்த்தையில் திட்டியபடி இவன் மேல் பாய்ந்தான். மாறி மாறி அடித்துக்கொண்டார்கள். கட்டிப்பிடித்து மண்ணில் சாய்ந்தார்கள். புரண்டார்கள்.

ஊமையனுக்கு என்ன செய்வது எனத் தெரியவில்லை.

“பெ..பெ..பெ..”

ஊமையன் மாடுகளை விலக்கி குரல் எழுப்பிக்கொண்டு ஊரைப் பார்த்து ஓடினான். அந்தி மஞ்சள் வெயிலைப் பரப்பியிருந்தது. அடியில் சிக்கிய பால்காரன் மேல் இவன் ஏறி உட்கார்ந்தான். கழுத்தை நசுக்கினான். பால்காரன் திமிறினான். இவன் பிடி இறுகியது. பால்காரன் முகத்தை நீட்டி மணிக்கட்டைக் கவ்வினான். மணிக்கட்டு பால்காரன் வாய்க்குள் வசமாக மாட்டிக்கொண்டது. பற்கள் பதிய கடிக்க ஆரம்பித்தான். எலும்போடு சேர்த்து சதையில் பற்கள் இறங்கிற்று. இவன் கழுத்துப் பிடியைத் தளர்த்தினான். கையை உதறி எழுந்து தரிசுக்கு ஓடினான். ஆவாரஞ்செடியோரம் கிடந்த கருங்கல்லைத் தூக்கினான். அதற்குள் பால்காரன் எழுந்து மண்பாதையில் மேற்கே ஓடினான். இவனுக்குப் பொழுது கண்ணைக் கூசிற்று. பால்காரன் அரைப்பர்லாங் தூரம் தாண்டி ஓடிவிட்டான். இவன் துரத்தவில்லை. கருங்கல்லைக் கீழே போட்டான். மணிக்கட்டுப் பக்கம் சதை எரிந்தது. பற்கள் ஆழமாக பதிந்த இடத்தில் ரத்தம் உறைந்து கன்றிவிட்டது. இவன் சுதாரித்து ஒருகணம் உதறி பிடுங்காமல் இருந்தால் சதை பெயர்ந்து தொங்கியிருக்கும். இவன் திரும்பி கிழக்கே பார்த்தான். திருப்பத்தில் மாடுகள் மறைந்து விட்டன. நடையில் வேகத்தைக் கூட்டினான். பொழுது தாழ்ந்து இறங்கிக்கொண்டிருந்தது. திருப்பத்தைத் தாண்டிய போது ஊமையன் பின்னால் கடுக்குக்கார வியாபாரியின் மனைவியும், சில பெண்களும் ஓடி வந்துகொண்டிருந்தார்கள். அவர்களைக் கண்டதும் இவனுக்கு அவமானமாகப் போயிற்று.

புதுத் தடத்தில் மாடுகள் தேங்கி நடந்தன. ஆள் ஆளுக்கு கேள்வி கேட்டார்கள். இவன் பதில் பேசாமல் நடந்தான். அவர்களுக்கு சகுந்தலா விசயம் தெரியும் என நினைத்தான். ஊமையன் மாடுகளை விரட்டினான். கடுக்குக்கார வியாபாரி வீடு வந்ததும் மற்ற பெண்கள் வாசலிலேயே நின்றுகொண்டனர். இவன் திண்ணையில் அமர்ந்தான். தலைகவிழ்ந்தபடியே யோசித்தான். பால்காரனோடு சண்டை போட்டது தேவையற்றது எனப் பட்டது. கடுக்குக்கார வியாபாரியின் மனைவி தண்ணீர்ச் சொம்பை நீட்டினாள். இவனைக் குடிக்கச் சொன்னாள். பல் பட்டு முழங்கைச் சதை பிய்ந்த இடத்தில் மஞ்சள் பொடியை வைத்து அழுத்தித் தேய்த்தாள். எரிந்தது. இவனுக்கு இன்னும் மார்புகூடு ஏறி இறங்கிக்கொண்டேயிருந்தது. சுவாசம் சீராகவில்லை. பால்காரன் மீது இருந்த கோபமும் தணியவில்லை. தண்ணீரைக் குடிக்காமலேயே சொம்பைத் தூணோரம் வைத்தான்.

மாடுகள் கட்டுத்தரைக்குள் புகுந்தன. ஊமையன் மாடுகளின் பிணையலை அவிழ்த்து ஒவ்வொன்றாகப் பிடித்து முளைக்குச்சியில் கட்டிக்கொண்டிருந்தான். புதுக் கட்டுத்தரையைப் பழகாத மாடுகள் கத்தின. மற்ற பெண்கள் வீதியில் இறங்கி தலை மறைந்ததும் கடுக்குக்கார வியாபாரியின் மனைவி இவன் அருகில் வந்து அமர்ந்தாள். குரலைத் தாழ்த்திச் சொன்னாள்.

“ஏன்டா ஒனக்கு கொஞ்சமாவது அறிவிருக்கா… மொதல்ல நாம நம்ம பொண்டாட்டிய அடக்கி வெக்கறதா… ஊரானப் போயி மெரட்டுனா அவஞ்சும்மா இருப்பானா?”

இவன் தலைகவிழ்ந்தே உட்கார்ந்திருந்தான். கீழே வாசற்படியோரம் சாரையிட்டுப் போய்க்கொண்டிருந்த மொசுமொசுப்பு எறும்புகளையே கவனித்தபடி யோசனையாயிருந்தான்.

“மூனு பொட்டப் புள்ளையப் பெத்திருக்கா… அவளுக்கு அறிவு வேண்டா… நீதான் அவளுக்குக் கோளாறா புத்திமதி சொல்லி வூட்டோட கிருமமா இருக்கச் சொல்லனும்… அதவுட்டுப்போட்டு இப்பிடியா… சந்தி சிரிச்சுப் போயிரு…”

இவன் பதிலேதும் கூறவில்லை. எழுந்தான். தூணோரம் வைத்திருந்த சொம்பு நீரை எடுத்து அண்ணாக்கு விட்டான். தொண்டையில் கடக்கடக்கென நீர் இறங்கிற்று. இவன் சொம்பை வைக்கும்போது கட்டுத்தரைக் கடவுப்படலைச் சாத்திவிட்டு ஊமையன் முன்னால் வந்து நின்றான். இவன் சந்தைக்கு ஓட்டும் மாடுகளில் எதை எதைப் பிணைக்கவேண்டும் எனக் கூறிவிட்டு வீதியில் இறங்கி நடந்தான். எங்கும் அந்திக் கறுமை படர்ந்துவிட்டது. நேரம் ஆக ஆக கடிபட்ட இடத்தில் முழங்கை வீங்க ஆரம்பித்தது. சுருக் சுருக்கென வலியும் எடுத்தது. வீதி விளக்கு ஒன்று விட்டுவிட்டு ஒளிர்ந்தது. அடிகுழாய்ப்பக்கம் நான்கைந்து பெண்கள் குடத்துடன் நின்றுகொண்டிருந்தார்கள். இவனின் கடைசிப் பெண் எக்கி எக்கி தண்ணீர் அடித்துக்கொண்டிருந்தாள். சிமென்ட் கால்வாயிலிருந்து வழிந்த நீர் ஓடி செவ்வரளிப் புதருக்கு பாய்ந்துகொண்டிருந்தது. கொத்துப் பூக்களோடு தளிர்கள் காற்றிலாடின.

வீட்டின் நடை திறந்தே கிடந்தது. இவன் வெளித்திண்ணையைக் கடந்து கூடத்துக்குப் போனான். வீட்டிற்குள் யாரையுமே காணவில்லை. பெண்களின் பள்ளிக்கூட நோட்டுப் புத்தகங்கள் விரிந்த நிலையில் கிடந்தன. ஆங்கில எழுத்துகளுக்கு மேலே பேனாவும் மூடியும் கிடந்தன. மரநாற்காலியில் அமர்ந்தான். கடிபலமாக இருந்ததால்

வீக்கம் தோள்பட்டை வரை பரவிற்று. சிறிதுநேரத்துக்குப் பின் பின்கட்டுப் பக்கமிருந்து நடுப்பெண் மட்டும் கூடத்துக்கு வந்தாள். இவனைக் கண்டதும் திரும்பி உள்ளே எட்டி குரல் கொடுத்தாள்.

“அய்ய்... அப்பா வந்தாச்சு...”

இவன் உருமாலை அவிழ்த்து பல்கடிபட்ட முழங்கைப் பகுதியைச் சுற்றி மூடிக்கொண்டான். நடுப்பெண் நோட்டுப் புத்தகங்களின் பக்கம் உட்கார்ந்து எழுதத் துவங்கியபடி சொன்னாள்.

“உப்பாத்து அணை மீனு பால்காரமாமா வாங்கியாந்தாங்க... பொடக்காலிக்குப் போய்ப் பாருங்க... மீனு ஒவ்வொன்னும் பெருசு... மீனுக்கு மீசையெல்லாம் வளர்ந்திருக்குப்பா...”

இவனுக்கு சுருக்கென்றது. பொங்கி எழுந்த கோபத்தைக் கஷ்டப் பட்டு அடக்கிக்கொண்டான். எழுந்து போய் மீன்களை அள்ளி வீதியில் கொட்டவேண்டும் என்று மனசு பரபரத்தது. எழுந்து வெளித்திண்ணைக்கு வந்தான். வெறும் தரையில் குப்புறப் படுத்தான். கண்களை மூடிக்கொண்டான். நடுப்பெண் கூடத்தில் எழுதிக்கொண்டே கேட்டாள்.

“ஏம்ப்பா... டீத்தண்ணீ வெச்சுத் தரட்டுமா?”

“வேண்டா.. சலிப்பு கண்ணு”

மறுபடியும் உள்ளேயிருந்து குரல் வரவில்லை. இவனுக்கு யோசனை நீண்டது. பின்கட்டிலிருந்து மூத்த பெண்ணும், சகுந்தலாவும் அடுப்பங்கரைக்குப் பேசியபடி போவதை அவர்களின் காலடி அரவத்தை வைத்தே கண்டுணர்ந்தான். வெகுநேரம் கழித்தே அவர்கள் வெளித்திண்ணைக்கு வந்தார்கள். உடனே இவன் தூங்குவதுபோலப் பாசாங்கு செய்தான். சகுந்தலா மூத்தபெண்ணிடம் தணிந்த குரலில் சொன்னாள்.

“அப்பா தூங்கட்டும்... உடு... மீனு வெந்தவுடன் எழுப்பலாம்...”

அவர்கள் உள்ளே போய்விட்டார்கள். கடைசிப் பெண் குடத்துத் தண்ணீருடன் வாசற்படி ஏறி உள்ளே செல்லும் காலடி அரவத்தையும் கேட்டான். எவ்வித ஓசையும் இல்லாமல் சற்று நேரம் கழிந்தது. திடீரென அடுப்பங்கரையிலிருந்து மீன் வாசனை வந்தது. இவன் மறுபடியும் பால்காரனைப் பற்றி எண்ணினான். சாயங்காலத்தில் நடந்த நிகழ்வுகள் அனைத்தும் திரும்ப திரும்ப ஞாபகத்தில் தோன்றின. பல்கடிபட்ட முழங்கைப் பகுதி பொடுக்பொடுக்கென வலித்துக்கொண்டே இருந்தது. வீதியில்கூட அரவம் அடங்கி வந்தது.

தெற்குவளவுப் பக்கம் நாய்கள் சண்டையிட்டபடி குரைத்தன. தூரமாகத் தார்ச்சாலையில் வாகனங்கள் முறைச்சலிட்டபடி அணத்திக்கொண்டு போயின. சகுந்தலா வந்து இவனை எழுப்பினாள்.

"எந்திரீங்க... சாப்புட்டுட்டுப் படுக்கலாம்"

இவன் கண்களைத் திறந்தான். புரண்டு மல்லாக்கப்படுத்தான். கால்மாட்டில் சகுந்தலா நின்றிருந்தாள்.

"எனக்குப் பசிக்கல"

"ய்யே... சாராயங்கீது குடிச்சிட்டிங்களா.. என்ன?"

இவன் முறைத்துப் பார்த்தான்.

"இன்னிக்கு உங்களுக்காகதான் டேம் மீனு வாங்கியாறச் சொல்லி சமைச்சிருக்கேன்... படுருசி தெரியுமா..?"

"ருசிக்குண்டி... பின்னே கள்ளப்புருஷன் வாங்கிட்டு வந்து குடுத்த மீனு ருசிக்காதா என்ன?"

சகுந்தலா இவனை அதிர்ச்சியாகப் பார்த்தாள். இவன் சட்டென எழுந்தான். எழுந்த வேகத்தில் சகுந்தலாவின் தலைமுடியைக் கொத்தாகப் பற்றினான். கூடத்துக்கு இழுத்துப்போனான். கூடத்தில் உட்கார்ந்து குனிந்தபடி எழுதிக்கொண்டிருந்த மூன்று பெண்களும் பயத்துடன் பார்த்தார்கள். இவன் சகுந்தலாவின் அடிவயிற்றில் எட்டி உதைத்தான். நிலைதடுமாறிய சகுந்தலா மரநாற்காலி மேல் போய்விழுந்தாள். தார்ச்சலையில் எருதுகளின் லாடக்குளம்படிகள் அழுத்தி உராய்ந்தபோது தீப்பற்றின. வழிநெடுக நிலவொளி புளியமரத்தின் நிழலோடு சாலையெங்கும் சிதறிக் கிடந்தன. எட்டு மைலை நடந்து கடந்த மாடுகள் தாராபுரம் கடைவீதிக்குள் நுழைந்தன.

வடக்குத் தெருவைக் கடக்கும்போது சேவல்கள் ஆங்காங்கே சப்தமெழுப்பத் துவங்கிவிட்டன. வெண்ணிற நாய் ஒன்று மாடுகளைப் பின்தொடர்ந்து சற்றுதூரம் குரைத்தபடி வந்து மறைந்தது. அரசமரம் பேருந்து நிறுத்தம் பக்கத்தில் கசாப்புக்கடைகள் முன்பு பசுமாடுகள் அசைவாங்கியபடி படுத்திருந்தன. இந்த மாடுகளைக் கண்டதும் கத்தின. சோளக்கடைவீதி முச்சந்தியில் டீக்கடைகள் திறந்திருந்தன. ஒருவன் அடுப்புத் தணலை ஊதி சூடாக்கிக்கொண்டிருந்தான். பெருமாள் கோவில் வில்வமர சிமெண்ட் திண்டில் பிச்சைக்காரர்கள் படுத்து உறங்கிக்கொண்டிருந்தார்கள். அவர்களின் சில்வர் போகினியும், கைத்தடியும் அருகிலேயே கிடந்தன. சந்தை நுழைவாயிலில் சுங்கம் வசூலிப்பவர் மாடுகளை எண்ணிக்கொண்டார்.

“கடுக்குக்கார ஏவாரியிதுதானே...?”

“ஆமாங்க”

தார்ச்சாலையிலிருந்து சந்தை மேடு ஏறாத காய்கறி ஏற்றிய பாரவண்டி ஒன்றைச் சிலர் சக்கரங்களைப் பிடித்துத் தள்ளிக் கொண்டிருந்தனர். வண்டி ஓட்டுபவன் எருதுகளின் வாலை முறுக்கி விரட்டினான். செம்மறியாட்டுக் கூட்டம் அதிகமாகத் தென்பட்டது. காய்கறிகள் வியாபாரம் நடக்கும் இடத்தைத் தாண்டி மாடுகளை ஊமையன் முடுக்கினான். கடுக்குக்கார வியாபாரி சொல்லிவிட்ட இடத்தில் ஏற்கனவே வெள்ளாட்டுக் கும்பல் நிறுத்தப்பட்டிருந்தது. ஊமையன் மாடுகளையும் வளைத்து அவ்விடத்திலேயே நிறுத்தினான். வெள்ளாடுகள் மிரண்டன. மிளார் வைத்திருந்த இரண்டு பொடியன்கள் வெள்ளாடுகளைக் குறுக்காட்ட மிகவும் சிரமப்பட்டனர். குளிர்காற்றுக்கு புளியமரவாதுகள் உஸ்ஸென்ற முறைச்சலுடன் அசைந்தன. இவன் கறவைமாட்டைப் புளியமரத்தின் புடைத்த வேர் ஒன்றில் கட்டினான். பீடி பற்ற வைத்தான். அந்நேரத்திலேயே தரையில் சுலுக்கைகளும், உனிகளும், கட்டெறும்புகளும் அலைந்துகொண்டிருப்பதைப் பார்த்தான். இவன் வாயிலிருந்து வெளிப்பட்ட புகை காற்றில் கலந்து சிதறிப் போயிற்று. வெள்ளாட்டுக் குட்டிகள் கத்தின.

வளர்த்திக்காரர்கள் ஒருசிலர் வந்து கறவைமாட்டை மட்டும் நோட்டம்விட்டுப் போனார்கள். எருதுகளுக்கு கிராக்கி இல்லை. காங்கேயம் சந்தையிலும் விலை மிகவும் சம்பலாகத்தான் போனது. கிழட்டு எருதுகளை பொள்ளாச்சிக்காரன் அடிமாட்டுக்கு ஓட்டிப்போய் விடுவான். அதற்குகூட கடுக்குக்கார வியாபாரி வரவேண்டும். இவனுக்கு இடையிடையே சகுந்தலா நினைவு வந்தது. திருமணமாகி இந்தப் பதினெட்டு வருசத்தில் இதுவரை ஒருமுறைகூட சந்தைக்குக் கிளம்பும்போது சொல்லாமல் கிளம்பியதில்லை. இந்தக் கணம் நினைக்கும்போது வருத்தமாக இருந்தது. கதவைத் தட்டி சொல்லிவிட்டு வந்திருக்கவேண்டும் என நினைத்தான். பால்காரனோடு தப்பான பழக்கம் எதுவும் நடந்திருக்காது, நாம்தான் ஊரான் பேச்சைக்கேட்டு அவசரப்பட்டுவிட்டோம் எனவும் தோன்றியது.

கிழக்கே வெளுத்து செவ்வானம் படர்ந்தது. பீடி எரிந்து முடிந்திருந்தது. இவன் கங்கை நசுக்கித் தூர வீசினான். காகங்கள் கரைந்தன. கசாப்புkகடைக்காரர்கள் கீற்றுக் கடைகளில் கறிதறிக்கும் மரமுட்டிகளை ஒழுங்குபடுத்திக்கொண்டிருந்தார்கள். வாயைக் கட்டிய பன்றியை சைக்கிளில் கொண்டுவந்து ஒருவன் இறக்கினான். இவனுக்கு

டீகுடிக்கவேண்டும் போல் தோன்றியது. சந்தையின் கிழக்குக்கோடியில் காய்கறி வியாபாரம் நடக்கும் இடத்தில் இலைக்கடையை ஒட்டி டீக்கடை இருந்தது. அங்கிருந்த எல்லாக் கடைகளிலும் தொங்கு லாந்தர்கள் எரிந்துகொண்டிருந்தன. பளபளவென விடிந்து விட்டது. ஊமையனை நம்பி மாடுகளை விட்டுவிட்டுப் போகமுடியாது. வாங்குபவர்கள் எவராவது வருவார்கள்.

இவன் முழங்கையைப் பார்த்தான். பல்கடிபட்ட இடத்தில் இன்னும் ரத்தம் கன்றிப்போய்தான் இருந்தது. இப்போது வலி கொஞ்சம் மட்டுப்பட்டுவிட்டது. மூத்திரத்தைக் காயத்தின் மேலே பெய்துவிட்டால் இரண்டு தினங்களில் காய்ந்துவிடும் என எண்ணினான். வெள்ளாட்டுக் கும்பலை ஆட்கள் வந்து வேறு ஓர் இடத்துக்கு வடக்குமுகமாக ஓட்டிப்போனார்கள். கால்கள் பிணைத்த வெள்ளாடுகள் கத்தியபடி தாவி தாவி நகர்ந்தன. கடுக்குக்கார வியாபாரி தன் சுவேகா மொபட்டை உருட்டிக்கொண்டு புளியமரத்தடிக்கு வந்து நிறுத்தினார். வந்ததும் அவர் மாடுகளை ஒருமுறை எண்ணினார். அவர் எப்போதும் சந்தைக்கு வந்தவுடன் அதைத்தான் முதலில் செய்வது வழக்கம். பிணையல் கழன்று வரும்வழியில் மாடுகள் தவற வாய்ப்புண்டு. அவர் ஊமையனிடம் பணத்தைக் கொடுத்து மூவருக்கும் டீ வாங்கிவரச் சொன்னார். ஊமையன் சென்ற பின் இவனிடம் வந்தார்.

“ஏன்டா வீட்டில ஏதாச்சும் தகராறா?...

சகுந்தலாவ ரொம்ப போட்டு அடிச்சுட்டியா?...?”

இவன் பதில் பேசாமல் அவரையே பார்த்தான். கறவை மாடு ஏனோ திடீரென கத்தியது.

“கருக்கல்ல உம்பிள்ளைக மூனும் என்னூட்டுக்கு ஓடி வந்துச்சு... சகுந்தலாவக் காணோம்னு அழுதுச்சுக... அதுகளும் பயத்துல கெணறு குட்டையெல்லாம் தேடிப் பார்த்துட்டுதா வந்திருக்கு... நான் அதுகள்கிட்ட ஒன்னும் ஆயிராது... அவ எப்பவும்போல உங்க அப்புச்சி ஊருக்குதா கோவத்துல போயிருப்பா... நான் போனதியும் உங்கப்பன அனுப்பிச்சு கூட்டி வரச்சொல்லறத் தைரியமா இருங்கன்னு சொல்லிட்டு வந்திருக்கேன்... நீ இப்பவே கிளம்பி போயீ... அவளைக் கூட்டிட்டு வர்ற வழியப் பாரு...?”

இவனுக்கு ஒருகணம் பயத்தில் உடம்பு சிலிர்த்து மீண்டது. ஆனாலும் பயத்தை வெளிக்காட்டிக்கொள்ளவில்லை. சுதாரித்துக்கொண்டு நின்றான். கடுக்குக்கார வியாபாரி தன் இடுப்பில் சுற்றிக் கட்டியிருந்த

சுருக்குப் பையிலிருந்து இரண்டு நூறு ரூபாய்த் தாள்களை வெளியே எடுத்து நீட்டினார். இவன் வாங்கிக்கொண்டான். விழிக்கடையோரம் நீர் கோர்த்தது.

"மாடுகள்..."

"அதுக்கு தர்மன வரச்சொல்லியிருக்கேன்..."

இவன் அங்கியிருந்து நகர்ந்தான்.

கிழக்கே வைகறைச் செவ்வானம் இன்னும் பரந்து கிடந்தது. கசாப்புக்கடை ஆட்கள் பன்றியை அடிப்பதற்குத் தயாராகிக் கொண்டிருந்தார்கள். நான்கைந்து பேர் பன்றியின் மீது அமர்ந்து அழுத்திப்பிடித்திருந்தார்கள். ஒருவன் கோடரியைப் பிடித்தபடி பன்றியின் தலைமாட்டில் நின்றிருந்தான். பாரவண்டியில் கயிற்றை இளக்கி மூட்டைகளை இறக்கிக்கொண்டிருந்தார்கள்.

சந்தைப்பேட்டை ஜனங்களால் நிரம்பிவிட்டது. சந்தடியும், பேச்சரவமும் மிகுந்துவிட்டன. முருங்கைக்காய்க் கத்தைகளையும், தேங்காய் மூட்டைகளையும் விற்கும் குடியானவர்கள் வரிசையாக நின்றிருந்தார்கள். பன்றியின் உயிர் பிரியும் கடைசி நேரத்து ஓலம் காற்றைக் கிழித்துச் சிதறி எழுந்தது. இவன் சுங்க நுழைவாயிலைத் தாண்டிப் பாதைக்கு வந்தான். கடைவீதியில் கிழக்கு பார்த்து நடந்தான். வரிசையாக இருந்த பிரியாணிக் கடைகளில் தீக்கனலில் வாட்டிய கோழிக்கால் சதைகள் கம்பியில் கோத்து வைக்கப்பட்டிருந்தன. ஒருகணம் அதன்சுவை இவன் நாவில் இறங்கி மறைந்தது. சகுந்தலாவை முன்பும் இதுபோல அடித்திருக்கிறான். ஆனால், சந்தேகப்பட்டு அடித்ததில்லை. பிள்ளைகள் பள்ளிக்கூடம் போனபின்பு கிளம்பிப் போய்விடுவாள். இவன் சந்தையிலிருந்து வீட்டுக்கு வந்தால் வீடு பூட்டிக் கிடக்கும். எறப்பு விட்டத்தின் மேல் எப்போதும் வைத்திருக்கும் இடத்தில் 'தொறப்புக்குச்சி' இருக்கும். மாமனார் ஊர்தான் போயிருப்பாள் என இவனுக்குத் தெரியும். இவனும் வீம்புக்கு போய்k கூப்பிடமாட்டான். சாய்ங்காலத்தில் மாமனார் சைக்கிளில் உட்காரவைத்து சகுந்தலாவை அழைத்து வருவார். அப்படி வரும் ஒவ்வொரு முறையும் சகுந்தலா ஆட்டுக்கறி எடுத்துவருவாள். இதற்காகவே புள்ளைகள் அம்மா சீராட்டு போனால் கறி கிடைக்கும் என்பார்கள். சகுந்தலா வீட்டுக்குள் நுழைந்தவுடன் இரவுக்கான சமையலை ஆரம்பிப்பாள். இவனோடு எதுவும் பேசமாட்டாள். இரவுச் சாப்பாட்டுக்கு பின் மாமனார் இராத் தங்காமல் கிளம்பிப் போய்விடுவார். கூடத்தில் பிள்ளைகள் படுத்து உறங்கியபின் இவன்

என். ஸ்ரீராம் | 27

ஓசைபடாமல் எழுந்து சமயற்கட்டில் படுத்திருக்கும் சகுந்தலாவிடம் செல்வான். அதுவரை சகுந்தலாவும் விழித்தபடியே படுத்திருப்பாள்.

சித்ரா தியேட்டரில் என்ன படம் என போஸ்டரைப் பார்த்தான். ‘குடியிருந்த கோயில்’ போட்டிருந்தார்கள். சந்தைநாள் எப்போதும் பழையபடம் தான். அதுவும் எம்.ஜி.ஆர் படம்தான். மாமனார் ஊர் போவது என முடிவு செய்தான். பழைய ஆற்றுப் பாலத்தை நோக்கி நடந்தான். நடையில் வேகம் கூடியது. உடனே இவனுக்கு சகுந்தலா மாமனாரிடம் என்ன சொல்லியிருப்பாள் என்கிற கேள்வி எழுந்தது. தான் போய் சகுந்தலாவை எப்படி சமாதானப்படுத்துவது என்றும் யோசித்தான். மேடான பாதை. நேர் கிழபுறம் வயலில் அறுவடை நடந்துகொண்டிருந்தது. தில்லாபுரி அம்மன் கோவில் தோப்பு ஆள் யாருமின்றி இருந்தது. புராதன கற்கோயிலைச் சுற்றிலும் கிடந்த தரிசு நிலமெங்கும் நாயனத்தின் சாயல்கொண்ட வெண்ஊமத்தம்பூக்கள் பூத்து நின்றன. பஞ்சபாண்டவர்கள் வனவாசத்தின்போது தங்கிய இடம் இந்தத் தோப்பு. இதை இவன் அப்படியே நம்பிக்கொண்டிருந்தான். ஆற்றுப்பாலத்தில் சந்தைக்கு வரும் ஒருசிலர் நடந்து வந்து கொண்டிருந்தனர். தென்புறம் புதுப்பாலத்தில் வாகனங்கள் நிறைய போவது தெரிந்தது. கீழே அமராவதி ஆற்றில் தண்ணீர் முழங்கால் மட்டம் ஓடிற்று. அறுவடைக்குக் காத்திருந்த அக்கரை வயலின் மேலே சூரியன் மேலெழும்பிக்கொண்டிருந்தான். பாலத்தைக் கடந்து முடித்ததும் இவன் குறுக்கு வழியாகக் கொளுஞ்சுவாடி அக்ரஹாரத்தின் ஊடே புகுந்து நடந்தான். அடிக்கடி வேஷ்டி அவிழ்ந்து விழுந்தது. மாட்டுச்சாண கவிச்சி வீசிற்று. கிட்டத்தில் அணுகமுடியாத நாற்றம் அடிப்பதாகப் பட்டது. சட்டையும் சுருக்கு சுருக்காக இருந்தது. இவன் மாமனார் வீட்டுக்கு இதுவரை இப்படியான ஓர் தோற்றத்தில் போனதில்லை. விடிந்ததிலிருந்து இன்னும் ‘வெளிக்கு’ கூட இருக்கவில்லை என்று நினைத்ததும் இவனுக்கு என்னவோபோல் இருந்தது. எட்டு வைத்து நடந்தான்.

மீனாட்சிபுரத்தின் ஆலமரத்திண்ணை வந்தது. ஆலம்பழம் கொத்தும் கிளிகளின் கொஞ்சல்கள் கேட்டன. திண்ணையோரம் ஒருவன் விறகு பிளந்துகொண்டிருந்தான். வீதிகள் நெடிய தனிமைக்குள் புதையுண்டு கிடப்பதுபோலத் தோற்றமளித்தன. மாமனார் வீட்டின் கிழக்குத் திண்ணை வெயில் ஏறிக்கிடந்தது. இவன் வெளிநடையின் கல்பாவிய படிகளில் ஏறினான். உள்கட்டுக்குப் போய் நின்றான். வீட்டுக்குள் எவ்வித அரவமும் இல்லை. கயிற்றுக் கட்டில் மேல்

படுத்திருந்த பூனை கீழே குதித்து மெல்ல பின்கட்டை நோக்கி நடந்து போனது. இவனும் ஆசாரத்தைக் கடந்து பின்கட்டுக்கு போய்ப் பார்த்தான். முற்றிய சீனிப்புளியாம்மர நிழல் கவிந்த பின்கட்டு. அங்கும் யாரும் இல்லை. குளியலறையில் குளிக்கும் சப்தம் கேட்குதாவெனச் சப்தங்களை உற்று கேட்டான். எந்தச் சப்தமும் எழவில்லை. எங்கும் படு அமைதியாக இருந்தது. பூனை மதில்மேல் உட்கார்ந்து இவனையே பார்த்தபடியிருந்தது.

இவன் திரும்பி உள்கட்டுக்கு வந்தான். சாந்தி தலையில் ஓர் குடமும், இடுப்பில் ஓர் குடமுமாக வெளிநடையிலிருந்து குனிந்து உள்கட்டுக்குள் நுழைந்துகொண்டிருந்தாள். இப்படியான ஓர் தோற்றத்தில் இவன் நிற்பதைக் கண்டதும் அவள் ஒருகணம் திடுக் கிட்டாள். தண்ணீர்க் குடங்களை அவசரமாக இறக்கி வைத்தாள். இடுப்பில் சொருகியிருந்த சேலையை இறக்கிவிட்டாள். மெல்லிய புன்முறுவலுடன் இவனையே புரியாமல் பார்த்தாள். இவனே பேசினான்.

“சகுந்தலாவக் கூட்டிட்டு போலாம்ன்னு வந்தேன்”

“அக்கா எப்ப வந்தாங்க?”

இவனுக்கு மனசுக்குள் கருக்கென்றது. பதற்றத்தை வெளிக் காட்டாமல் மேலும் சமாளித்துப் பேசினான்.

“அக்கா இங்கதா வர்றேனா ஒரு சோலியா... நான் சந்தைபோயிட்டு வர்றேனு சொல்லியிருந்தே... புள்ளைகள பள்ளிக்கூடம் அனுப்புச்சிட்டு எளமத்தியானமா வருவாளோ என்னமோ... மாமா... வேலு எல்லாம் எங்கே...?”

“கருதரைக்கற மிஷினோட போயிருக்கறாங்க”

“எங்க...?”

“அண்ணா... காட்டூர் பக்கமுன்னு சொல்லிட்டு போச்சு..”

“செரி.. அக்கா வந்தா இருக்கச்சொல்லு... நா ஒரு எட்டு போயீ மாமாவ பார்த்துட்டு வாரே...?”

சாந்தி பதில் பேசாமல் அப்படியே நின்றாள். அவள் முகத்தில் குழப்பமும், கலவரமும் தென்பட்டன. பக்கத்துவீட்டில் பெரிய மாமனார் ஓங்கரித்து காறி உமிழ்ந்து தொண்டையைச் சுத்தம் செய்யும் சப்தம் கேட்டது. இவன் வீதியின் புழுதிமண் தடத்தில் நடந்தான். சகுந்தலா எங்கே போயிருப்பாள் என்கிற கேள்வியே திரும்ப திரும்ப

எழுந்தது. பொழுது கிளம்பி வெகுநேரம் ஆகிவிட்டதுபோல வெயில் சுள்ளென இறங்கியது. சட்டென மனம் புறஉலகு ஈர்ப்பு இல்லாமல் வெறுமையாயிற்று.

விறகு பிளந்தவன் ஆலமரத்திண்ணையில் ஏறி அமர்ந்து கழுத்து வியர்வையைத் துண்டால் ஒற்றிக்கொண்டிருந்தான். சிறுமி ஒருத்தி சிராய்களைப் பொறுக்கி குவியலாகப் போட்டுக்கொண்டிருந்தாள். இவன் பழனி செல்லும் தார்ச்சாலைக்கு வந்தான். சைக்கிள் கடைக் காரர் ஏற்கனவே தெரிந்தவர்தான். மாமனார் வகையில் நெருங்கிய சொந்தக்காரர்கூட. வாடகைச் சைக்கிள் எடுத்துக்கொண்டு கிளம்பினான். சகுந்தலா ஞாபகமாகவே சைக்கிளை விரைசலாக மிதித்தான். மனசுக்குள் அச்சமும், துக்கமும் கலந்த ஒருவித உணர்ச்சி எழுந்து ஆக்கிரமித்திருந்தது. வண்டித்தடம் வார்த்தெடுத்ததுபோல மண்ணில் உள் அழுந்திப் போயிருந்தது. வழியெங்கும் புழுதியாகவே யிருந்தது. இருமருங்கிலும் நெடிய பனைகள் வரிசையிட்டு நின்றன. பொழுதும் பனைக்கு மேலே உயர்ந்துவிட்டது.

காட்டூர் முழுதும் கட்டுத்தரைகளோடு கூடிய வீடுகள் நிறைய இருந்தன. ஓரிடத்தில் ஊறத்தாழியில் எருமை முங்கி தவிடு உறிஞ்சிக்கொண்டிருந்தது. எருமையைப் பிடித்திருந்த பெண் இவனை அடையாளம் தெரியாமல் விநோதமாகப் பார்த்தாள். அவளுக்கு இருபுற அக்குகளும் வியர்வையில் நனைந்து ஈரம் ரவிக்கையின் மேல் படிந்திருந்தது. இவன் சைக்கிளை நிறுத்தி காலூன்றி நின்றபடியேக் கேட்டான்.

“கருதரைக்கற மிஷினு எங்கம்மினி ஓடுது?”

அந்த பெண் ஒருகணம் யோசித்துவிட்டுப் பதிலளித்தாள்.

“காத்தால மொய்யானம்படுகை பக்கம்தான் சத்தம் வந்திச்சு... நீங்க ஊருக்கு வடக்கே போயி வாய்க்கா மேட்டுத் தடத்துல மேக்குமின்னா போனீங்கன்னா களமே தெரியும்...”

வீதியில் வைக்கோல்கள் சிதறிக் கிடந்தன. மேய்ச்சலுக்காகச் சில எருமைகளையும், சீமை மாடுகளையும் ஓட்டிக்கொண்டு போனார்கள். அந்தப் பெண் சொன்னதுபோல் வாய்க்கால் மேட்டுத் தடத்தில் திரும்பியதும் களம் தென்பட்டது. கருதரைக்கற மிஷினில் ஆட்கள் படுமும்மரமாக வேலை செய்துகொண்டிருப்பதும் தெரிந்தது. நெருங்க நெருங்க மிஷினின் மோட்டார் ஓடும் சப்தம் அதிகமாகிக்கொண்டே வந்தது. வயல்வெளி தொலைதூரம் வரை விரிந்து கிடந்தது.

அறுவடையாகாத வயலின் முற்றிய நெற்கதிர்களின் மேலே மழைக்குருவிகள் குறுக்கும் நெடுக்குமாகப் பறந்துகொண்டிருந்தன. வாய்க்கால் தண்ணீரின் மேல் நுண்ணிய நீர்க்குமிழிகள் மிதந்து போயின. கொக்குகள் வட்டமிடும் நிழல் தரையில் விழுந்து மறைந்தது. இவன் சைக்கிளை நிறுத்திய வரப்போரம் நண்டுகள் குழியிட்டிருந்தன. தென்னம்மட்டைப் பந்தல் நிழலில் வைக்கோல் பரப்பி மாமனார் உட்கார்ந்திருந்தார்.

அரைபடும் நெற்கதிரிலிருந்து கிளம்பும் தூசிகள் காற்றுக்குப் பறந்தன. மிஷின் ஓடும் சப்தத்தினால் ஆட்கள் எல்லாருமே கத்தி கத்திப் பேசினார்கள். வேலு மிஷின் மேல் உட்கார்ந்து கதிர்களைத் தள்ளிவிட்டுக் கொண்டிருந்தான். ஆட்கள் அனைவருக்கும் முகமெல்லாம் 'மொழங்கு' படிந்திருந்தது. மாமனார் எழுந்து இவனிடம் வந்தார். கருதரைக்கும் இரைச்சலைச் சமாளிக்க இவனையும் வாய்க்கால் மேட்டுத்தடத்துக்குக் கூட்டி வந்தார். மாமனார் கதர்சட்டையின் மேல்பித்தான்களை கழற்றிவிட்டிருந்தார். நெஞ்சு நிறைய நரைமயிர்.

"என்ன மாப்புள்ள... சந்தையிலிருந்து நேரா வந்திருக்கீங்க...?"

இவன் சற்றுநேரம் பதில் பேசாமல் வாய்க்கால் நீரையே பார்த்தபடி இருந்தான். மாமனார் திரும்பவும் கேட்டார். இவனால் தாங்கிக்கொள்ள முடியவில்லை. கண்களில் நீர் கோத்தது. உடைந்துபோய் அழத் துவங்கினான்.

"கொழந்தையாட்ட அழுவாதீங்க நடந்ததைச் சொல்லுங்க"

இவன் சகுந்தலா காணாமல் போய்விட்டதையும், நேற்றிரவு நடந்த சண்டையையும் சுருக்கமாகக் கூறினான். மாமனார் யோசனையில் ஆழ்ந்தார். வேலுவும் மிஷினிலிருந்து இறங்கி இவர்களிடம் வந்தான். அவனுக்குத் தலைமுடி, கண்புருவங்கள்கூட 'மொழங்கு' அப்பியிருந்தது. கருதரைக்கும் ஆட்கள் எல்லாம் களத்தில் நின்று இவர்களையே பார்த்துக்கொண்டு நின்றார்கள். மாமனார் பெரிதாகப் பதற்றமெல்லாம் அடையவில்லை. திரும்பி மச்சினனிடம் பேசினார்.

"ஒன்னுமில்ல வேலு.. சகுந்தலாவுக்கும் மாப்புள்ளைக்கும் ஒரு சின்ன சண்டை.... நாம் போயீ... சமாதானப்படுத்திட்டு வந்தர்றேன்... நீ போயி வேலையக் கவனி... ராத்திரிக்குள்ள அரச்சுப்போடனும்... இப்பவே 'கெவுரு'ல தண்ணிய தூக்கி வுட்டுட்டான்... அப்புறம் மிஷின வெளிய எடுக்கமுடியாமப் போயிரு.." வேலுவின் முகம் பயத்தில்

வெளிறியது. வேறு ஏதோ நடந்திருக்கிறது எனப் புரிந்துகொண்டான். ஆனாலும் வேலு அமைதியாகக் களத்தை நோக்கிப் போனான். மாமனார் மறுபடியும் குரலில் பயம் சற்றுமில்லாமல் பேசினார்.

“மாப்புள்ள... சைக்கிளை எடுத்துக்கிட்டு வாங்க... இந்நேரம் சகுந்தலா வூட்டுலதா உக்காந்திருப்பா...”

காலடி அரவம் கேட்டதும் நண்டுகள் குழிக்குள் இமுத்துக்கொண்டன. இவன் சைக்கிளை உருட்டிப்போய் வாய்க்கால் மேடு வந்ததும் ஏறி மிதித்தான். மாமனார் குதித்து கேரியரில் ஏறி உட்கார்ந்துகொண்டார். இளமதியவெயில் உக்கிரம்கொள்ள ஆரம்பித்தது. காட்டூரின் தலைவாசலில் நுழையும்போதே சோளத்தோகைகளும், வைக்கோலும் சூறைக்காற்றின் விசையோடு சுழன்றன. எங்கோ ஓர் கட்டுத்தரையில் பசுங்கன்று கத்திற்று. மாமனார் எதுவும் பேசாமல் வந்தார். ஆலமரத்து உச்சியில் பசித்த காக்கைகள் கரைந்தபடி உட்காருவதும், பறப்பதுமாக இருந்தன. இவனுக்கும் பசி மரத்துப் போய்விட்டது. வெறும் வயிறு இரைந்தது. வீதியிலேயே இவன் சைக்கிளை நிறுத்தினான். வியர்வையில் இவன் சட்டை திட்டுதிட்டாக ஊறிவிட்டது. சைக்கிளிலிருந்து இறங்கியதும் மாமனார் முன்னால் வீட்டுக்குள் சென்றார். வெளிநடை திறந்துகிடக்க உள்கட்டுத் தரையில் பாய்விரித்து சாந்தி படுத்திருந்தாள். கால்மாட்டில் பூனை படுத்திருந்தது.

“ஏம்புள்ள... ராட்டைக்குப் போகலியா?” சாந்தி அவசரமாக எழுந்து அமர்ந்து பதிலளித்தாள்.

“மச்சே... அக்கா வருமுன்னு சொல்லுச்சு அதுதான்...''

பூனை இவர்களைப் பார்த்துக் கண்களைச் சுருக்கியது. பின் சாவகாசமாக வாலை நட்டவைத்து சடைவு முறித்தது. முன்புபோலவே திரும்பி, திரும்பி பார்த்தபடி பின்கட்டுநடையில் போய் இறங்கி மறைந்தது. மாமனார் ஒருகணம் இவனைப் பார்த்தார்.

“வாங்க... ஊருக்குப் போவோம்...”

உள்கட்டிலிருந்து இருவரும் வெளியே வந்தனர். பழனி சாலையில் சைக்கிளை விட்டுவிட்டு தாராபுரம் பேருந்து ஏறினர். பேருந்து இருக்கையில் அதிகக் கூட்டமில்லை. பேருந்து புதிய பாலத்தைk கடந்தபோது கீழே ஈஸ்வரன் கோவிலில் மேளதாளத்துடன் ஏதோ உற்சவம் நடந்துகொண்டிருப்பதைக் கண்டான். மாமனார் மௌனித்தபடி ஏதோ யோசனையாகவே வந்தார். பேருந்தில் இருந்து இறங்கியதும் மாமனார் இவனைப் பேருந்து நிலையத்துக்கு வெளியே கூட்டி வந்தார்.

"காத்தால இருந்து எதுவும் சாப்பிட்டு இருக்கமாட்டீங்க... சாப்பிட்டுட்டுப் போகலாம்..."

இவனும் மாமனாரைப் பின்தொடர்ந்து சாலையைக் கடந்து சென்றான். உச்சிப்பொழுதை மேகங்கள் மறைத்திருந்தன. ஓட்டல் சிறியது. சர்வர் தண்ணீர் டம்ளரை வைத்துவிட்டு அருகிலேயே நின்றார். மேசையில் கையூன்றியபடியே இவனும் யோசனையாகவே இருந்தான். சாப்பிடலாம் என்றே இவனுக்குத் தோன்றவில்லை. மாமனார் டம்ளரை எடுத்துத் தண்ணீர் குடித்தபடி பேசினார்.

"பரோட்டா கொண்டாங்க?"

சர்வர் நகர்ந்து முன்புறம் அடுப்படிக்குப் போனார். எண்ணெய் சடசடக்க தோசைமணம் கமழ்ந்தது. சர்வர் இலையில் பரோட்டாவைப் பிய்த்து வைத்துவிட்டு போனார்.

"மாப்புள்ள... தைரியமா சாப்புடுங்க... கழுத எங்க போயிறப் போறா... ஊருக்கு வந்திருப்பா..."

இவனுக்குப் பசி அதிகமாக இருந்தபோதிலும் சாப்பிட்ட உணர்வே இல்லை. இவனுக்கு முன்பே சாப்பிட்டுவிட்டு மாமனார் எழுந்து போனார். கடைக்கு முன்பு நின்று சிகரெட் பற்றவைத்தார். இவன் கையளம்பிவிட்டு கல்லாவிடம் நின்றபோது மாமனார் சப்தம் போட்டார்.

"கொடுத்தாச்சு வாங்க"

இவன் நகர்ந்தபோது கல்லாவில் உட்கார்ந்திருப்பவன் கேட்டான்.

"ஒங்க ஊரு... பால்காரர் சுப்பிரமணி பாலூத்த வர்ல... ஏன்னு உங்களுக்குத் தெரியுமா?"

இவனுக்கு நெஞ்சுக்குள் ஒருகூடை தீ விழுந்ததுபோல் ஆயிற்று. சுதாரித்துக்கொண்டு மாமனாரிடம் போனான்.

"சகுந்தலா உனி வரமாட்டா... தேடவேண்டியதில்ல"

மாமனாருக்கும் புரிந்திருக்கவேண்டும். அவர் சிகரெட்டைk கீழே போட்டு செருப்புக் காலால் நசுக்கினார். ஊர் பேருந்தில் இருந்து இறங்கும்வரை இருவரும் எதுவும் பேசிக்கொள்ளவில்லை. ஆகாயம் தூய நீலநிறமாக இருந்தது. கீழ்வானில் மட்டும் வெண்மேகங்கள் கரைகட்டி நின்றன. பாதையோரத்தில் புழுதிபடிந்த ஆவாரஞ்செடிகள் மஞ்சள் பூங்கொத்துடன் காற்றுக்கு அசைந்தபடியிருந்தன. இருவரும் கிழக்கு பார்த்து நடந்தார்கள். உச்சிப்பொழுது மேற்கே அடி

சாய்ந்துவிட்டது. வெயிலின் சூடு குறைந்து வந்தது. இருந்திருந்தாற்போல மாமனார் பேசினார்.

"மாப்புள்ள ... பால்காரன் வூட்டுல போயீ... சத்தம் கித்தம் போட்டுராதீங்க.. நாம நேரா வூட்டுக்கு போறோம்... ஊர்ல எவன் எதுசொன்னாலும் கோபப்படாம இருக்கீங்க...!"

இவன் பால்காரனைப் பற்றித்தான் நினைத்துக்கொண்டு வந்தான். பகையின் தீப்பொறி மனசெங்கும் வியாபித்து இருந்தது. கண்களில் தணியாத சினம் பொங்கிற்று. ஆனாலும் மாமனாரின் பேச்சுக்கு மதிப்பு கொடுத்து சரியென்று தலையசைத்தான். ஒரு பெண் வீதியில் உட்கார்ந்து சாம்பலைக்கொண்டு பித்தளைப் பாத்திரங்களைத் துலக்கிக் கொண்டிருந்தாள். திண்ணையில் உட்கார்ந்திருப்பவர்கள் இவனையே ஏளனமாகப் பார்ப்பதுபோல் தோன்றியது. வாசற்படியிலேயே தம்பியும் தம்பிப் பொண்டாட்டியும் வந்ததற்கு அடையாளமாகச் செருப்புகள் கிடந்தன. இவர்களைக் கண்டதும் தம்பிப் பொண்டாட்டியும், மூன்று பெண்களும் அழ ஆரம்பித்தார்கள். மூன்று பெண்களுக்கும் அழுது அழுது கண்கள் சிவந்து கிடந்தன. இவனுக்கும் அழுகை முட்டியது. மரநாற்காலியில் அமர்ந்திருந்த தம்பி எழுந்து மாமனாரை அமரச் செய்தான். தம்பிப் பொண்டாட்டி எழுந்து அடுப்பங்கரைக்குப் போனாள். மூன்று பெண்களுக்கும் அழுகையும் கேவலும் நிற்காமல் தொண்டைக்குழியில் கம்மினர். தம்பிதான் மாமனாரைப் பார்த்துப் பேசினான்.

"நா... அண்ணங்கிட்ட அப்பவே படிச்சு படிச்சு சொன்னேன்... பால்காரனச் சகவாசம் வெச்சுக்க வேண்டாமுன்னு..."

"எவன சகவாசம் வெச்சா என்ன... நம்ம கழுதைக்கு அறிவில்லையே மாப்புள்ள... ஊர் சிரிக்கறளவுக்கு பண்ணிட்டாளே..."

மாமனாரிடமிருந்து ஆதங்கம் நிறைந்த சொற்கள் வெளிப்பட்டன. அதுவரை தைரியமாகப் பேசிக்கொண்டிருந்த மாமனாருக்கும் கண்கள் கலங்கின. இவன் பெண்களை ஒட்டித் தரையில் அமர்ந்தான். காரைத் தரை குளிர்ந்து கிடந்தது. கடைசிற பெண் நகர்ந்து இவன் மடியில் வந்து அமர்ந்தாள். இவன் மகளின் தலையைக் கோதிவிட்டபடியே யோசித்தான். ஏதேதோ ஞாபகத்தில் ஓடிற்று. சகுந்தலாவின் உருவம் கண்முன் மறையாமல் நின்றது. திடீரென ஊருக்குள் அவமானப்பட்டு விட்டதுபோலவும் உணர்ந்தான். தம்பிப் பொண்டாட்டி மூன்று டம்ளரில் காபியைக் கொண்டுவந்து கொடுத்தாள். ஆவி பறந்தது. இவன் எடுத்து ஊதி ஒரு மிடறு குடித்தான். உதட்டையும், நாவையும் சுட்டன.

34 | கெண்டைமீன் குளம்

டம்ளரைக் கீழே வைத்தான். தாகம் மறந்துவிட்டது. சோர்வும், நீண்ட அலுப்பும் ஏற்பட்டன. அவ்வேளையில் வாசலிலிருந்து பேச்சரவம் கேட்டது. ஓங்கிய குரலில் ஒரு பெண்ணின் அழுகையொலியும், ஒப்பாரிப் பாடலும் எழுந்தன. எல்லோரும் எழுந்து திண்ணைக்குப் போனார்கள். பால்காரனின் மனைவி தலைவிரி கோலமாக நின்றிருந்தாள். வீதியில் சென்றவர்களில் சிலர் கூடநின்று வேடிக்கை பார்த்தனர். பால்காரனின் மனைவி அழுகையினூடே திண்ணையில் நின்றவர்களைப் பார்த்துச் சப்தமிட்டாள்.

"சண்டாளி எங்குடும்பத்த கெடுத்திட்டாளே... என்ன வசியம் வெச்சாளோ... எம்மகராஜன் மனசு மயங்கிட்டதே. இவகிட்ட அப்படி என்னத்த காணாதத கண்டானோ... கூப்பிட்டதையும் ஓடிட்டானே... எங்குடும்பம் இப்ப நாற்சந்தியில் நிக்குதே இந்த அநியாயத்தக் கேக்க நாதியில்லையா?"

பால்காரன் மனைவிக்கு அழுகை அதிகமாயிற்று.

வீதி மண்ணை அள்ளித் தூற்றினாள். மேலும் கெட்டவார்த்தையில் குடும்பத்தைப் பற்றி திட்டினாள். திடீரென இவனைப் பார்த்துத் தேம்பி தேம்பி அழுதுகொண்டு கத்தினாள்.

"நிற்கறாம்பாரு... பொண்டாட்டி ஓடின கவலையேயில்லாம... கல்லுளிமங்கனாட்ட... இவனுக்கு எல்லாம் முன்னமே தெரியும்.. தாட்டிவுட்டதே இவந்தானே... எம்மகராஜன்கிட்ட இருக்கற கொஞ்சநஞ்ச காசையும் அமுக்கறதுக்குப் போட்ட திட்டந்தானே. இந்த நாடகம். நா... இதச் சும்மா வுடப்போறதில்ல... போலீஸ் கேஸு குடுத்து உங்க எல்லாரையும் உள்ளபுடுச்சு போடாம வுடமாட்டேன்.''

இவன் பால்காரன் மனைவிக்குப் பதில் பேசக்கூடாது எனத் தீர்மானித்து மௌனமாகவே நின்று கொண்டான். ஆனால் தம்பிக்குச் சட்டென கோபம் மூண்டது.

"என்னடி வுட்டா பேசிகிட்டே போறே... ஞாயப்படி பார்த்தா நாங்கதா உம்புருஷன் மேலே கேஸு குடுக்கணும். ஏதோ போனாப் போதுன்னு வுட்டா வூட்டுக்கு வந்து சத்தம் போடறே.. நாப்பது அம்பது பவுன் நகையோட எங்கவூட்டு பொம்பளைய கடத்திக்கிட்டு போயிட்டான்னு ஒரு கம்ளைன் குடுத்தா போதும். உம்புருஷன் ஏழுஏழு ஜென்மத்துக்கு வெளியே வரமுடியாது... போவாளா. இங்க வந்து சத்தம் போட்டுக்கிட்டு..."

தம்பி விசுக்கென்று வாசலுக்கு இறங்கி பால்காரன் மனைவியை அடிக்க ஓடினான். தம்பிப் பொண்டாட்டி கூடவே ஓடிவந்து அவனைப்

பிடித்துக்கொண்டாள். மாமனாரும் போய் அவனைப் பிடித்து இழுத்தபடி அதட்டினார்.

"மாப்புள்ள அவதான் நெலம தெரியாம பேசறான்னா நீங்களுமா...? பேசாம ஊட்டுக்குள்ள போங்க..."

அதற்குள் பால்காரனின் மனைவியின் அண்ணன் வந்துவிட்டான். அவன் பால்காரன் மனைவியை மிரட்டி வீதியில் இழுத்துப்போனான். வேடிக்கை பார்த்துக்கொண்டு நின்றவர்களும் கலைந்து போனார்கள். அன்றிரவு இவர்கள் யாருக்குமே சாப்பாடு இறங்கவில்லை. கடனுக்கு க்கை நனைத்துவிட்டு எல்லோரும் போய்ப் படுத்துக் கொண்டார்கள். முதல் ஜாமம் கடந்துவிட்டது. ஊரும் சந்தடியின்றி அடங்கிவிட்டது. இவனுக்கு உறக்கமே வரவில்லை. புரண்டுபுரண்டு படுத்துக்கொண்டே இருந்தான். விடியற்காலையிலிருந்து நடந்த சம்பவங்கள் ஒவ்வொன்றும் மனக்கண்ணில் அப்படியே விரிந்தன. பால்காரன் மனைவி இவனைத் தூற்றிய வார்த்தைகளும் தொடர்ந்து காதில் ஒலித்துக்கொண்டே இருந்தன. கூடத்தில் படுத்திருந்த கடைசி மகள் எழுந்து வந்து இவன் அருகில் அமர்ந்தாள்.

"அப்பா...?"

"ஏங்கண்ணு?"

"அம்மா எப்பப்பா வருவாங்க?"

"இனி வரமாட்டா... நம்மலையெல்லாம் வேண்டாம்முனு ஒதறிட்டு போயிட்டா"

"இல்லப்பா அம்மா இருக்கற எடம் உங்களுக்கு தெரியும்.. நீங்க போயீ கூப்பிட்டா வந்திருவாங்க.. நீங்க போயீ... அம்மாவ எப்படியாச்சும் கூட்டிட்டு வாங்கப்பா..."

இவன் மௌனமாகவே இருந்தான். கண்களில் நீர் கட்டிற்று. நடை மீது நடுப்பெண்ணும், மூத்தபெண்ணும் நின்று கடைசிப்பெண் பேசியதைக் கேட்டுக்கொண்டிருந்தார்கள். அருகில் கட்டிலில் படுத்திருந்த மாமனார் கிடை மாறி மட்டும் படுத்தார். எழவில்லை. இவன் பெண்கள் மூவரையும் உள்ளே கூட்டிப்போய்ப் படுக்கச் செய்தான். பின்பு திண்ணையில் வந்து அமர்ந்து வீதியைப் பார்த்தான். இருள் படர்ந்திருந்தது. பெண்கள் பேசிவிட்டுப் போனபின்பு இவனுக்கு மனக்குழப்பம் மேலும் அதிகமாயிற்று. உச்சிவானிலிருந்து அறுந்து விழுந்த எரிநட்சத்திரம் ஒருகணம் பிரகாசமாக ஒளிர்ந்தது. மறுபடியும் படுத்துக்கொண்டான்.

இவனை யாரோ எழுப்புவதுபோல உணர்ந்தான். வீதியில் நாய் ஒன்று குரைத்தபடியிருந்தது. உறக்கம் வராமல் படுத்திருந்து சற்று நேரத்துக்கு முன்புதான் கண்ணயர்ந்தது நினைவுக்கு வந்தது. கண்கள் திறக்கமுடியாமல் எரிந்தன. எழுந்து உட்கார்ந்தான். கண்களைக் கசக்கிவிட்டு விழித்துப்பார்த்தான். கால்மாட்டில் தம்பி நின்றிருந்தான். குறுகலான வீதிக்கு அப்பால் வெள்ளைநிறத்தில் ஓர் அம்பாஷிடர் கார் நின்றிருந்தது. கட்டிலில் படுத்திருந்த மாமனார் ஆழ்ந்த நித்திரையில் கிடந்தார். அவருக்குக் குறட்டையொலியோடு நீண்ட பெருமூச்சு வெளிப்பட்டது. தம்பி அக்கம்பக்கத்தில் எவரும் எழுந்துவிடாமல் இருக்க மிகமெதுவாகப் பேசினான்.

"பாப்பாவும் நீங்களும் போயி அண்ணியக் கூப்பிடுங்க..?"

இவன் பதில் கூறாமல் வீதியை வெறித்தான். பேச்சுச் சப்தம் கேட்டு மாமனார் எழுந்து உட்கார்ந்தார். அவர் ஒருகணம்தான் யோசித்தார். சட்டென நகர்ந்து வாசற்படி மீது கிடந்த செருப்பை எடுத்தார்.

"அந்த ஓடு காலி முண்டைய என்ன பண்ணுறேம் பாரு..."

மாமனார் காரை நோக்கி ஓடினார். இவனும் தம்பியும் சுதாரித்து அவர் பின்னால் ஓடினார்கள். அதற்குள் மாமனார் காரின் பின்கதவைத் திறந்து சகுந்தலாவின் தலைமுடியைப் பற்றி வெளியே இழுத்தார். சகுந்தலா எவ்வித எதிர்ப்பும் காட்டவில்லை. சகுந்தலாவின் முதுகில் செருப்பால் அடிக்கத் துவங்கினார். இவன்தான் முதலில் மாமனாரைத் தடுத்தான்.

"மாமா... இனி அவள அடிச்சு என்ன புரயோசனம்... எங்குடும்பந்தா கெட்டுப்போகும்... உடுங்க"

மாமனார் அடிப்பதை நிறுத்தினார். செருப்பைக் கீழே போட்டார். சகுந்தலாவின் தலைமுடியைப் பற்றியிருந்த இன்னொரு கை தானாக விலகிற்று. சகுந்தலா இவனை நிமிர்ந்து நோக்கினாள். இவன் பார்வையை இருளை நோக்கித் திருப்பிக்கொண்டான்.

(மணல்வீடு இதழ் 19, 2012)

அந்திவெயில்

1

கிழக்கு வெளுத்திருந்தது. வெளிச்சம் சிறுக சிறுக விரிவு கொண்டது. வளவு இன்னும் முழுதாக விழிப்புறவில்லை. இவள் வெகுநேரம் வாசற்படியிலேயே உட்கார்ந்து, வீதியையே பார்த்துக் கொண்டிருந்தாள். தெற்கிலிருந்து வடக்கு முகமாக நீண்ட வீதி. சில வீடுகள் சரிந்து குட்டிச்சுவர்களாகியிருந்தன. காலிசெய்து போயிருந்த ஆட்களின் முகங்கள்கூட இப்போது மறந்துவிட்டன. அவர்கள் வளர்த்த நாய்கள் போக்கிடமின்றிச் சாமத்தில் வீதி வீதியாய் ஊளையிட்டு அலைந்துகொண்டிருந்த ராத்திரிகள் ஞாபகத்துக்கு வந்தன. வீதியில் அணையும் தோக்குருவிகள் குறுக்கும் நெடுக்குமாகத் தாழப் பறந்துகொண்டிருந்தன. பாட்டாள் பொடுசா தண்ணீர்க் குடத்தை இடுப்பில் இடுக்கிக்கொண்டு வந்தாள். இருந்திருந்தாற்போலக் கோடைக்காற்று வேகமெடுத்தது. தெளிக்கப்பட்டிருந்த வாசலின் ஈரத்தில் சாணி மணம் வீசிற்று. பாட்டாள் பொடுசா கிட்டே வருமுன்பே இவள் கேட்டாள்

"எங்க வேலை?"

"தெக்குத் தோட்டம்."

"மொளகா பறிக்கவா?"

"ஆமாக்கா."

"இன்னிக்கு எனக்கும் வேலை இருக்குமா அங்க......?"

"தெர்லியேக்கா.. எதுக்கும் குப்பாயி அக்காவெ ஒரு பேச்சு கேட்டுப்பாரு."

பாட்டாள் யோசித்துக்கொண்டு சற்று நேரம் அப்படியே நின்றாள். பிறகு எட்டு வைத்து அசைந்து அசைந்து நடந்து போனாள். தண்ணீர்க் குடம் தளும்பிற்று. ஊரின் நாலாத் திசைகளிலிருந்தும் சேவல்கள் விட்டுவிட்டுக் கூவிக்கொண்டிருந்தன. பெடல்கட்டை மட்கார்டில் உராயும் சத்தத்துடன் ஒருவன் சைக்கிளில் தெற்கே போனான். அந்த ஆள் குளிருக்குத் துப்பட்டியால் தலைவரை போர்த்தி முக்காடிட்டிருந்தான். இவளுக்கு அவன் முகம் சரியாக அடையாளம் தெரியவில்லை. இன்னும் லேசான இருட்டு இருந்தது. கொட்டத்தில் செம்மி ஆடு கத்தியது. தாராபுரத்திலிருந்து கம்பளியம்பட்டிவரை செல்லும் ஐந்தரை மணி பஸ் தலைவாசல் பக்கம் நின்று கிளம்பும் முறைச்சல் கேட்டது.

இவள் எழுந்து வீட்டுக்குள் சென்றாள். குப்புறப்படுத்திருந்த செந்திலின் நிழல் அடுப்புத் தீயின் வெளிச்சத்தில் சுவரில் ஏறி பிரம்மாண்ட வடிவமாக அசைந்தது. கஞ்சி வடித்து மூடியிருந்த சோறு கொதியடங்கியிருந்தது. கோட்டடுப்பில் வைத்திருந்த குழம்புச் சட்டியில் அரிந்து போட்டிருந்த தக்காளியும் கத்தரியும் வதங்கியிருந்தன. காந்தலுடன் ஆவி வந்தது. இவள் குழம்பைக் கிளறிவிட்டாள். கொஞ்சமாகக் கரண்டியில் எடுத்து நாக்கில் விட்டுப் பார்த்தாள். காரம் போதவில்லை. இந்தக் காரத்துடன் இருந்தால் செந்தில் ஒரே வாயில் அள்ளிப்போட்டுக்கொள்வான். ராத்திரிக்கு வெறும் சட்டிதான் இருக்கும். மொளகடியை அள்ளித் தெளித்துக் கலக்கினாள்.

நிலவடியில் சிம்னி இறங்கியிருந்தது. புகைபடிந்த கண்ணாடிக்குள் வெளிச்சம் சிறிதாக அடைபட்டுக்கிடந்தது. இவள் சிம்னியைத் தூக்கி ஊதினாள். செந்தில் புரண்டு படுத்தான். சுவரில் நிழலின் வடிவம் மாறியது. நடைக்கு வெளியே வெளிச்சம் பரவியது. காகங்கள் கரைந்தபடி அங்குமிங்கும் அலையத் தொடங்கின. இவள் செந்திலை எழுப்பினாள். அவன் முழித்துப் பார்த்துவிட்டுத் திரும்பிப் படுத்தான்.

“ஏய்… உனிப் படுத்தீன்னா ஒதைதா உழும்.”

செந்தில் முனகிக்கொண்டே எழுந்து உட்கார்ந்தான். புறங்கையால் கண்களைத் தேய்த்துக்கொண்டான். செம்மி வெள்ளாடு மறுபடியும் கத்த ஆரம்பித்தது. இவள் சுத்திண்ணையில் கிடந்த ஈர்க்குமாரை எடுத்துக்கொண்டு கொட்டத்துக்குப் போனாள். அதன் மூலையில் குழிபறித்துப் படுத்திருந்த நாய் எழுந்து வாலைக் குழைத்தது. கொடாப்புக்குள்ளிருந்து குட்டிகள் குரலெழுப்பின. குஞ்சுக்கோழிகள் கொக்கரித்தன. முதலில் மக்கிரியைத் தூக்கிக் குஞ்சுகளைத் திறந்துவிட்டாள். வெளிச்சத்தைக் கண்டதும் அவை “க்யா…….

க்யா.......” எனத் தட்டழிந்தன. பொறித்துச் சில தினங்களே ஆகியிருந்தன. இப்போதுதான் இறக்கையில் மெல்லிய பொங்குகள் முளைத்துக் கொண்டிருந்தன. அவை கட்டாந் தரைக்குப் போனால் கருடன் அடித்துக்கொண்டு போய்விடும். கழுத்துப் பொங்குகள் குத்திடக் கோழி இருபுறமும் இறக்கையை விரித்து மக்கிரிக்குள்ளேயே நின்றது. இவள் ஈர்க்குமாரை ஓங்கி அதை வெளியே விரட்டினாள். பின் ஈர்க்குமாரை வீசிவிட்டுக் கொட்டத்துக்குப் போனாள்.

நன்றாக விடிந்துவிட்டிருந்தது. செம்மியின் குரல் விநோதமாக ஒலித்தது. கொட்டத்து முட்டுக்காலைச் சுற்றி சுற்றி வந்து கயிற்றை இழுத்தது. கொடாப்பிலிருந்த குட்டிகளின் கத்தலும் அதிகரித்தது. இவள் கொடாப்புக்குள் கையை விட்டுத் துளாவினாள். இரண்டு கிடாய்க் குட்டிகள் ஒரு பிரவைக் குட்டி. மூன்றும் கரிஞ்சியாட்டின் குட்டிகள். இவள் பிரவைக் குட்டியை மட்டும் பிடித்து மேலே தூக்கினாள். கரிஞ்சி வெள்ளாடு அப்போதுதான் எழுந்து, பின்னங்கால்களைப் பரப்பிப் புழுக்கைபோட்டது. புழுக்கைகள் கொத்தாக விழுந்து மூத்திர ஈரத்தின் மேல் சிதறின. இறக்கிவிட்டதும் பிரவைக் குட்டி ஓடிக் கரிஞ்சியின் மடியில் முட்டியது. நாலு பீர் ஊட்டும்வரை காத்திருந்தாள். கிடாய்க் குட்டிகள் கொடாப்புக்குள் கத்தியபடி மேலேற முயன்றன. இவள் செம்மியை நோட்டமிட்டாள். அது அடிக்கடி வாலைத் தூக்கி இடுப்பை ஆட்டியது. முன்னங்கால்களால் மண்ணைப் பறித்தது. கத்தலின் தொனியும் தாபத்துடன் வெளிப்பட்டது. குட்டிகளை வியாபாரி ஓட்டிப்போய் ஒரு வாரம் முடியவில்லை. அதற்குள் கிடாய்க்கு கத்துகிறது. ஆடு சீக்கிரம் பலம்படுவது நல்லதுதான் என இவளுக்குப் பட்டது. செந்தில் தினமும் ஒரு தேங்காய் மூடி அளவுக்கு ஆட்டுப் பால் பீய்ச்சிக்கொண்டிருந்தான். சாயங்காலம் அவன் ஆட்டுக்காலிலிருந்து திரும்பியதும் இவள் பால்காப்பி போட்டுக்கொடுப்பாள்.

பிரவைக்கு மடி கொடுக்காமல் கரிஞ்சி நகர்ந்தது. மறுபடியும் காம்பைப் பிடிக்க எத்தனித்த பிரவையை முட்டித் தள்ளியது. இவள் கொடாப்பையே அலாக்காகத் தூக்கிவிட்டாள். கிடாய்க் குட்டிகள் இரண்டும் கரிஞ்சியிடம் ஓடின. ஒவ்வொன்றும் ஒரு காம்பைப் பற்றியது. முட்டி முட்டி முகைந்து ஊட்டின. கரிஞ்சி சாதுவாய் நின்று அசைவாங்க ஆரம்பித்தது. இந்தக் கரிஞ்சியும் ஒரு கருக்கலில்தான் கிடாய்க்குக் கத்தியது. வீராச்சிமங்கலம் காளியம்மன் கோவில் கிடாய் வந்துதான் மிதித்தது. சாமி கிடாய் அவ்வளவு லகுவில் ஆடுகளை மிதிக்காது. மிதித்தால் யோகம். செந்தில் சந்தோசப்பட்டான்.

கரிஞ்சி இரட்டைக் குட்டிகளை ஈனும் இனம்தான். சினை ஆட்டுக்கு ஐந்து மாதம் பூர்த்தியான போதும்கூட வயிறு பெரிதாக மேடிடவேயில்லை. இவளுக்கும் செந்திலுக்கும் ஆடு பலம்பட்ட நாள் மறந்துவிட்டது. குட்டிபோட இன்னும் பத்து பதினைந்து நாட்கள் இருக்கும் என நினைத்திருந்தார்கள். அன்று பொழுதிறங்கக் கொட்டத்தில் ஆட்டைக் கட்டியபோதும் அது இதேபோலத்தான் அசைவாங்கி நின்றது. கார்மழை நாள் வேறு. முன்னிரவிலேயே கனத்த மழை. இவள் அசந்து தூங்கிவிட்டாள். நாய் குரைத்த சத்தம் கேட்டு விழித்தாள். மழை பெய்துகொண்டுதான் இருந்தது. செந்தில் உறக்கத்திலிருந்தான். இவள் எழுந்து சத்தமில்லாமல் தாழை நீக்கிக் கதவைத் திறந்தாள். எங்கும் இருள் போர்த்தியிருந்தது. அந்த நடுச்சாமத்தில் கொட்டத்துக்குப் போய்ப் பார்த்தாள். ரத்தக் கவிச்சி அடித்தது. ஆடு மடி சுரந்துகிடந்தது. பின்னால் நஞ்சுக்கொடி தொங்கிக் கொண்டிருந்தது. சீம்பாலைக் குடித்துவிட்டு மூன்று குட்டிகளும் துள்ளிக்கொண்டிருந்தன. ஆடு எந்நேரம் குட்டி போட்டது என்றே தெரியவில்லை. நாயைக் கிட்டத்தில் அண்டவிடாமல் ஆடு விரட்டிக் கொண்டேயிருந்தது. நஞ்சைக் குறிபார்த்து நாயும் காத்திருந்தது. ஒரு குட்டியைப் பிடித்து வாலைத் தூக்கிப் பார்த்தாள். பிரவை. மற்ற குட்டிகளைப் பார்த்தபோது சந்தோசமாக இருந்தது. மின்னலின் பிரதிபலிப்பு மழைநீரில் நெளிந்து மறைந்துபோயிற்று. இடியொலியில் நிலம் நடுங்கியது. இவள் வீட்டுக்குள் வந்து படுத்துக்கொண்டாள். மழை மேலும் வலுத்தது. பிரவையின் முதுகில் சின்னதாய் வெள்ளைச் சுட்டி. ஆனால் கிடாய்க் குட்டிகள் இரண்டும் காளியம்மன் கோவில் கிடாயின் சாயலை அப்படியே உரித்துவைத்துப் பிறந்திருந்தன. தகப்பன் கிடாய்போலவே கறுப்பு நிறம். நல்ல துடி. இந்தமுறை செம்மியையும் அதே கிடாய் வந்து மிதித்தால் யோகம் என நினைத்தாள். செம்மி அடங்காமல் கத்தியது. வடக்கே கவுண்டர் வளவுக்கப்பால் இரண்டு செம்போத்துகள் மாறி மாறிக் குரல் கொடுத்தவண்ணம் இருந்தன. இவள் ஈர்க்குமாரை எடுத்துப் புழுக்கைகளைக் கூட்டினாள். மூத்திர நெடியுடன்கூடிய புழுதி மேலெழும்பி மூக்கில் ஏறியது.

"பொழுது கௌம்ப காட்டுக்குள்ள இல்லீனா.... கொங்கபாடு வார்த்த பேச ஆரம்பிச்சுடும் மயிலா."

புழுக்கையை மண்ணோடு வலித்த ஈர்க்குமாரின் சத்தத்தினூடே குப்பாயியின் குரல் கேட்டது. குனிந்து கூட்டிக்கொண்டிருந்த இவள் நிமிர்ந்து பார்த்தாள். குப்பாயி சோற்றுப் போசியுடன் வீதியில்

போய்க்கொண்டிருந்தாள். பாலூட்டி முடித்த கிடாய்க் குட்டிகள் இரண்டும் உழிஞ்ஞையோரம் கட்டியிருந்த வெள்ளை மூட்டிடம் போய் முட்டுப்போட்டன. நேரம் ஆகிக்கொண்டிருக்கவே, இவளிடம் அவசரம் தொற்றிக் கொண்டது. செம்மி குனிந்து சொலுக்காக மல்லத் தொடங்கியது. கூட்டிச் சேர்த்திருந்த புழுக்கைகளை அள்ளக் கொறக்கூடையைத் தேடினாள். அங்கு எங்குமே கொறக்கூடை தென்படவில்லை. செந்தில் எழுந்து வந்து நின்று யோசித்தான். உழிஞ்ஞையடியில் உட்கார்ந்து கட்டெறும்புக் குழியைப் பார்த்த படியே ஒன்றுக்கிருந்தான்.

"டேய் புழுக்கையை அள்ளீரு. கோழி பறச்சுப்போடு. ம்.... செம்மி வேற கெடாய்க்குத் திரியுது. காளியம்மங் கோயில் கெடாய் தட்டுப்பட்டா முதிக்கவுடு. இல்லீனா சாய்ந்தரம் நா வந்து பாத்துக்கறே. மேய்க்கறப்ப ஆட்ட வேய்க்கானமாப் பாத்துக்க. பலம்படற ஆடு எங்காச்சும் ஓடிறப்போவுது."

செம்மியின் கத்தல் இப்போது அதிகரித்தது. இவள் வீட்டுக்குள் ஓடினாள். சோற்றைப் போசியில் போட்டுக் குழம்பை ஊற்றி மூடினாள். விறகுக் கொள்ளியை வெளியே இழுத்துச் சொம்பு நீரைத் தெளித்து அணைத்தாள். போசியை எடுத்துக்கொண்டு வெளியே வந்தாள். வாசற்படியோரம் செருப்பில் கால் நுழைத்துக்கொண்டிருந்தபோது, வீதியில் ஆறுமுகக் குயவர் சைக்கிளில் காலூன்றி நின்றபடி செந்திலிடம் ஏதோ கேட்டுக்கொண்டிருந்தார். இவளைக் கண்டதும் இறங்கிச் சைக்கிளை உருட்டிக்கொண்டே வாசலுக்கு வந்தார். இவள் கிளம்பியபடியே கேட்டாள், "அய்யனே என்ன இந்நேரத்துல?''

ஆறுமுகக் குயவர் இவள்கூடவே வீதியில் சைக்கிளை உருட்டிக் கொண்டே பேசினார்.

"மயிலா.... காளியம்மன் கோயில் சாட்டினாப்புல புடுச்சு என்ற சாமிக் கெடாயெத் தேடி இந்த மூனு நாளா அலையோ அலையுன்னு அலையறே. தூங்கி எந்திரிச்சா இதே பொழப்பு மயிராப் போச்சு. எல்லாரும் கெடாயே அங்கப் பாத்தேன் இங்கப் பாத்தேன்னு சொல்றாங்களே தவிரக் கெடாய் உன்னும் எங்கிட்ட சிக்கமாட்டிங்குது."

இவள் நடைக்கு ஈடுகொடுத்துச் சைக்கிளை உருட்டிய ஆறுமுகக் குயவர் வாயில் கோத்த கோழையைக் காறித் துப்பினார். கீச்சொலியுடன் சிட்டுக் குருவிகள் கூரை முகட்டின் மேலிருந்து பறந்தன. குறுகிய சந்தில் பால்காரர் சைக்கிள் மணி ஒலிக்க எதிரில் வந்தார். இருவரும் சுவரோரம் ஒண்டி வழிவிட்டார்கள்.

“சாமிக்குச் சாட்டினா நேர்ச்சிக் கெடாயெல்லாம் சுத்துப்பட்டியில் எங்கச் சுத்தினாலும் வெட்டுக்கு முந்தின நாள் கோவில வந்து சுத்துங்கறது நம்ம சாங்கீதம். ஆனா என்னோட கெடா இந்த மூனு வருசமா வெட்டுக்குச் சிக்காமக் காளியம்மனுக்கே டேக்கா குடுத்துக்கிட்டிருக்கு. நேர்த்திக் கடன் தள்ளிப்போறதாலக் குடும்பத்துலயும் ஒன்னும் செரியில்ல. இந்த வருசம் எப்படியாவது கெடாயப் புடிச்சு வெட்டிரனுமுன்னு தீர்மானிச்சுட்டேன். அதுதான் தும்பும் கயிறுமாத் திரியறேன்.”

ஆறுமுகக் குயவர் சற்றுத் தூரம் மௌனமாக வந்தார். அருகாமை வீட்டிலிருந்து யாரோ ராகிக்கல்லில் தானியம் நெரித்த சத்தம் எழுந்தது. அடிவானில் வெளுப்பு நீங்கிச் செந்நிறம் தட்டுப்பட்டது. இவள் நடையில் வேகம் கூட்டினாள். ஆறுமுகக் குயவர் நின்று கொண்டார்.

“செரி மயிலா..... நா இப்படியே போறே. உன் ஆடு வெடிய வெடியக் கத்துனதாக் குப்பாயி சொன்னா. பலம்படற ஆட்டத் தேடிக் கெடாய் எப்படியும் வந்துதா தீரு. அப்புடி வந்துச்சுன்னா புடுச்சிக் கட்டி வெய்யுன்னு உம்மவங்கிட்டச் சொல்லிட்டுப் போலாமுன்னு வந்தே. நீயும் கெடாயப் பாத்தாச் சொல்லு.”

ஆறுமுகக் குயவரின் குரல் அடங்கி மறைந்தது. இவள் திரும்பிப் பார்க்காமலேயே தலைவாசல்வரை வந்தாள். பிறகு தெற்கு முகமாகத் திரும்பி நடந்தாள். பனைகளுக்கு இடையிலான வண்டித் தடம். மஞ்சரளிப் புதைகளும் மண்டியிருந்தன. மேலைகாற்றுக்கு அரளியின் கத்தி போன்ற பழுப்பு இலைகள் உதிர்ந்து வழியெங்கும் சிதறியிருந்தன. நேரம் போய்க்கொண்டிருந்தது. இவள் விரைசலாக நடந்தாள். ஓரிடத்தில் பரமன் தடத்துமேலேயே உட்கார்ந்து வெளிக்கிருந்து கொண்டிருந்தான். தெற்கே கண்ணுக்கெட்டிய தூரம்வரை யாரையும் காணவில்லை. இவள் நெருங்க நெருங்கவும் அவன் எழவில்லை. விறையும் குறியும் தெரியும்படி கால்களை அகற்றி உட்கார்ந்திருந்தான். இவளும் கூச்சப்படாமல் மேலே நடந்தாள். இவள் நடந்துவந்ததைப் பார்க்காதவன் போல அவனும் தலைகுனிந்து உட்கார்ந்திருந்தான். இந்த நாடகம் அடிக்கடி நிகழ்வதாக இவளுக்குப் பட்டது. இவள் வீட்டுக்காரனுக்குத் தங்கச்சி புருஷன்தான் பரமன். அவனும் பெண்டாட்டியைத் தின்றவன்தான். இரண்டாம் பிரசவத்தின்போது அவன் மனைவி ஜன்னிகண்டு இறந்துவிட்டாள். அந்தக் குழந்தையும் பிழைக்கவில்லை. பரமனின் மூத்த பெண்ணுக்கு எட்டு வயது. அந்தப் பெண் இவளை அத்தை என்றுதான் கூப்பிடுகிறாள். ஆனாலும்

பரமனுக்கு இவளைக் கட்டிக்கொள்ள வேண்டும் என்று ஆசை. இவள் மிக நெருங்கியதும் அப்போதுதான் இவளைக் கண்டது போலச் சட்டென்று எழுந்து டிராயரை மேலே தூக்கிவிட்டுக்கொண்டு வேட்டியைக் கீழே இறக்கினான். இவள் எவ்வித உணர்ச்சியையும் காட்டாமல் அந்த இடத்தைக் கடந்தாள். ஒரட்டாங்கைப் பக்கம் பனைகளினூடே பொழுது செந்தணலாக எட்டிப் பார்த்தது.

"மயிலா.... பரிசப் பணமெல்லாம் சேத்துவெச்சிருக்கேன். ஆவணி பொறந்தா நாலு சனத்தோட வூட்டுக்கு வரப்போறேன்."

"நங்கையா" நீ. எனக்கு என்ன ஒறவுன்னு ஊருக்குள்ள போயிக் கேளு. வெளக்குமாத்தடி திம்பே...."

இவளுக்கும் சிரிப்பு வந்தது. காய்ந்து தொங்கிய பனையோலைகளைக் காற்று உலுக்கிச் சரசரத்தது. அரளிப் புதைக்குள் எங்கோ எட்டத்தில் இரண்டு மைனாக்கள் சன்னக் குரலில் கத்திக்கொண்டிருந்தன. பாதை இறக்கத்துக்குப் போனதும் தெற்குத் தோட்டத்தில் தென்னைமரங்களின் நீண்ட சால் தெரிந்தது. இவள் பதற்றமடைந்தாள். கருக்கலிலிருந்து நடந்த எல்லாவற்றையும் ஒரு கணம் மறந்தாள். ஓடத் தொடங்கினாள். சோற்றுப் போசி குலுங்கியது. ஓட ஓட ஏறுவெயில் விரைவாகப் பரவியது.

2

கொறங்காட்டு வெளி பரந்துகிடந்தது. கிளுவை வேலிக்குள் வெள்ளெலித் தடம் தெரிந்தது. வறண்ட கொழுக்கற்றைப் புற்கள் அடர்ந்த கொறங்காடுகளில் மேய்ந்த செம்மறிக் கூட்டத்தை நோட்டமிட்டுக்கொண்டே இவளும் செந்திலும் நடந்தார்கள். திடீரெனச் செந்தில் சீட்டியடித்தான். தொலைவில் யாரோ பதிலுக்குச் சீட்டியடித்தார்கள். நாய்கள் குரைத்தன. எந்த ஆட்டு மந்தையிலும் காளியம்மன் கோவில் கிடாய் தட்டுப்படவேயில்லை. கொம்புகள் இரண்டும் பின்னோக்கி வளைந்து பிடரி மயிர் குத்திட்டு நிற்கும் அதன் தோற்றம் இவள் மனக்கண்முன் திரும்ப திரும்ப வந்தது. பிடரி சிலிர்க்க ஏதாவது முட்புதர் மறைவிலிருந்து கிடாய் சட்டென வெளிப்படும் என்னும் நம்பிக்கையுடனேயே நடந்தாள். நடக்க நடக்க வெயில் இறங்கியபடியே இருந்தது. இருவருக்கும் வியர்த்துக் கொட்டியது. செந்தில் மிகவும் களைத்துப்போயிருந்தான். இவளுக்குக் கால்முட்டி

வலித்தது. இரண்டு ஆள்காட்டிகள் தரையிறங்காமல் கத்திக்கொண்டு வட்டமிட்டன.

"ஏன்டா.... மத்த பக்கமெல்லாம் கெடாயத் தேடிட்டியா? இல்ல பொய்கீது சொல்றியா?"

"சாமி சத்தியமாத் தேடிட்டேமா. எங்கயுமே இல்லீமா. எளமத்தியானம் புடுச்சு எனக்கு இதுதாம்மா வேல."

இவள் மேற்கொண்டு பேசாமல் யோசனையாக நடந்தாள். ஊர்ப்பாதையை நெருங்கினார்கள். வீமண் சுமந்து சென்ற டிராக்டர் பெருஞ்சத்தத்தோடு புழுதியைக் கிளப்பியபடி கடந்தது. மண்மீது உட்கார்ந்து சென்ற பரமன் இவர்களைப் பார்த்து ஏதோ சைகையால் கேட்டான். பனைகள் தம் நிழலைத் தரையில் கிழக்காகச் சரித்துக் கொண்டிருந்தன. தலைவாசல் வந்தது. பஜனை மடத்தை எட்டிப் பார்த்தாள். சில வேளைகளில் சாமிக் கிடாய் அங்கே படுத்துக்கிடக்கும். ஈரப் புழுக்கைகள் சிதறியிருந்தன. யாரோ பாஞ்சாங்கரம் ஆடிவிட்டுப் போயிருந்தார்கள். நாயை ஆடு கட்டிப்போட்டிருந்தது. கல்திண்ணை மீது மங்கிய இருட்டில் புதுவீட்டு அய்யன் படுத்திருந்தார். அரவம் கேட்டதும் தன் கைத்தடியை எடுத்துக்கொண்டு வினவினார்.

"ஆரு... அது...?"

"நாந்தே... மயிலா சாமீ."

அவருக்கு இரு கண்களிலும் பார்வை மங்கி வெகுகாலம் ஆகிவிட்டது. தொண்ணூறு வயதுக்கு மேல் இருக்கும். இடுப்பில் செருகியிருந்த வேட்டி நுனியை அவர் நிரண்டியபடி அவிழ்த்தார். இரண்டு ஐம்பது பைசா நாணயங்களை நீட்டினார்.

"ரெண்டு கணேசு பீடியும் தீப்பெட்டியும் வாங்கிவந்து கொடுக்கறியா?"

மளிகைக்கடை அங்கிருந்து நான்கைந்து வீதிகள் தள்ளியிருந்தது. செந்திலிடம் காசைக் கொடுத்தனுப்பினாள்.

"பெரிய கவுண்டரே.... சாமிக்கெடாய் இங்க படுத்திருக்குமே? இன்னிக்குக் கீது சத்தம் கேட்டுச்சா?"

"சித்த நேரத்துக்கு முன்னால ஆறுமுகக் கொசவன் இங்க வந்தான்... கெடாயத் தேடி. புடுச்சிக்கிட்டுப் போயிருப்பான்."

கல்நாகங்களோடுகூடிய பிள்ளையார் கோவில் அரசமரத்து இலைகள் காற்றுக்கு எழுப்பிய உஸ்ஸென்ற ஓசையைக் கேட்டபடியே நின்றாள். அரசமரத்துடன் பிணைந்த வேம்பின் பழங்கள் உதிர்ந்து கொண்டிருந்தன. செந்தில் பீடியையும் தீப்பெட்டியையும் இவளிடம் கொடுத்துவிட்டு மறுபடியும் வீதியில் இறங்கி எங்கோ ஓடினான்.

"இந்தாங்க பெரிய கவுண்டரே... பீடி."

புதுவீட்டு அய்யன் பீடியை மட்டும் வாங்கிக்கொண்டு சொன்னார் "நீயே பத்தவெச்சு உடு புள்ள..."

அவர் ஒரு பீடியைத் தன் பொக்கைவாயில் சொருகித் தலையை விறைப்பாக்கிக் கொண்டார். இவள் தீக்குச்சியை எடுத்து உரசினாள். தீ அணையாமல் இருக்க உள்ளங்கைகளுக்குள் தீக்குச்சியைப் பிடித்து நிதானமாக அவர் முகத்தருகே கொண்டுபோனாள். பீடி கங்கு பற்றிக்கொண்டது. அவர் தம்கட்டிப் புகையை இழுத்தார். உடனே இருமினார். அந்த இருமலிலிருந்து புகை சுருள் சுருளாக வெளிப்பட்டது. தட்டோட்டு இடுக்கிலிருந்து பல்லி முட்டை ஒன்று தரையில் விழுந்து உடைந்தது.

இவள் சோற்றுப் போசியை எடுத்துக்கொண்டு கிளம்ப எத்தனித்தாள். புதுவீட்டு அய்யன் இறுமலோடு பேசினார்.

"கெழக்கால கல்லுக்காட்டுல ஒரு கெடாக்குட்டி முதிக்கிது. பட்டியால நேரம் போனீன்னா சேத்திக்கலாம்."

3

தென்கிழக்கு நோக்கிச் சென்ற இட்டேரித் தடத்தைத் திடீரென நிழல் கட்டியது. இவள் செம்மியை இழுத்துக்கொண்டே நடந்து திரும்பிப் பொழுதுக்காலைப் பார்த்தாள். வெளிறிய நீலவானம். வழிதவறி வந்துவிட்டதுபோல் கருத்த பெருமுகில் ஒன்று இறங்கு பொழுதை மூடி மறைத்துக்கொண்டிருந்தது. வெயிலின் பிரதிபலிப்பு முகிலின் மேல்விளிம்பில் மின்னல் கோடாய்ப் படர்ந்திருந்தது. வடக்கே கவுண்டர் வளவின் ஓடு வேய்ந்த வீடுகளின் மீது அப்போதும் வெயில் இறங்கித் தகித்தது. சற்று நேரத்தில் அந்த வெயிலையும் நிழல் விழுங்கிக்கொண்டே நகர்ந்தது. அதுவரை சாதுவாகப் பின்னால் வந்துகொண்டிருந்த செம்மி இருந்திருந்தாற்போல மிரள ஆரம்பித்தது.

கத்தியது. அதற்குமேல் செல்லவிருந்த வழி ஆட்டுக்குப் புதிது. அதுவரையிலான தடம் மேய்ச்சலுக்கு வந்து பழகிய இடம்தான். இரு பட்டாத் தாரைகளுக்கு இடைப்பட்ட பகுதியில் தும்பைகளும் நாயுருவிகளும் யானை நெருஞ்சிகளும் அடர்ந்திருந்தன. ஆடு மேற்கொண்டு நகர மறுத்தது. முன்னங்கால்கள் இரண்டையும் நிலத்தில் பரப்பி நின்றுகொண்டது. நாயுருவி முட்கள் இடுப்பளவுக்கு நிமிர்ந்து காற்றுக்கு ஆடின. யானை நெருஞ்சி முட்கள் தரையெங்கும் பிதுங்கி நின்றன. இவளால் அல்லையைத் தாண்டிச் செம்மியை முடுக்க முடியவில்லை. வெகுதொலைவுக்கு இட்டேரி வெறிச்சிட்டுக்கிடந்தது.

இவள் கயிற்றைச் சுண்டி வெடுக்கென இழுத்தாள். தும்பு கழன்று கொம்பிடுக்கில் மாட்டி நின்றது. அதற்கு மேலும் இழுத்தால் கையோடு வந்துவிடும் எனத் தோன்றியது. கயிற்றைத் தளர்த்தி இழுப்பதை நிறுத்தினாள். கையிலிருந்து ஆவார விளாரை ஓங்கியபடி செம்மிக்குப் பின்னால் சென்றாள். அது முன்னால் தாவிற்று. பிறகு வளைந்து மறுபடியும் இவள் பின்னாலேயே வந்து நின்றது. தலைக்கு மேலே இரண்டு மணிப்புறாக்கள் படுவேகமாகப் பறந்துபோயின. இவளுக்கு இனி ஆட்டை இழுத்துப் பிரயோசனமில்லை எனப்பட்டது. சாதுர்யமாக நொச்சம் குறித்துக் கூப்பிட்டுப் பார்த்தாள்.

“க்கெ... க்கெ... க்கெ... பா . . .ப்பா...உக்குவே...உக்குவே... உக்குவே...”

செம்மி நிமிர்ந்தது. ஆனாலும் முன்னே எட்டுவைக்கத் தயங்கியது. சுற்றுமுற்றும் பார்த்தது. இட்டேரியில் இரு முயல்குட்டிகள் எதிராக வந்தன. இவளையும் ஆட்டையும் கண்டதும் திடுக்கிட்டுக் காதுமடல்கள் நிமிர நின்று வெறித்தன. செம்மி அவற்றை ஒரு கணம் விநோதமாகப் பார்த்துவிட்டு இயல்புக்கு வந்தது. இவள் பாவாடையோடு சேர்த்துச் சேலையைத் தூக்கி இடுப்பில் சொருகினாள். முயல் குட்டிகள் பக்கவாட்டில் குதித்துச் சீத்தம்புதைக்குள் ஓடி மறைந்தன. இவள் இந்தமுறை கயிற்றைச் சுண்டி விரலோடு சேர்த்துச் சுற்றிக்கொண்டு ஆட்டை நெருங்கினாள். அது பின்னோக்கித் திரும்பிப் பார்த்தது. இவள் அதன் கழுத்தோடு சேர்த்துத் தும்பை இறுக்கிப் பிடித்தாள். மறுகையை ஓங்கி ஆட்டை விரட்டினாள். அது வேறுவழியில்லாமல் முன்னே நடந்தது. இவளும் சற்றுக் குனிந்தபடி கூடவே நடந்தாள். நாயுருவி முட்கள் கொத்துக் கொத்தாகச் சேலையிலும் கெண்டைக்காலிலும் அப்பின. சற்று நேரத்தில் இவளுக்கு இடுப்பு வலித்தது. துணைக்குச் செந்தில் இருந்திருந்தால் இவ்வளவு

சிரமப்பட வேண்டியதில்லை எனப்பட்டது. அவன்மேல் கோபம் கோபமாக வந்தது. கொட்டத்தில் ஆட்டை அவிழ்த்தபோது அவன் வந்துசேரவில்லை. வீதியில் நின்று குரல் கொடுத்துப் பார்த்துவிட்டு அலுப்புடன் ஆட்டை ஓட்டிவந்திருந்தாள்.

கல்காட்டுத் தோட்டம் ஊருக்கு ஓர் எத்தாக்கை. இட்டேரி இன்னும் நீண்டு அனாதரவாகக் கிடந்தது. ஜனசஞ்சாரமேயில்லை. தூக்கணாங்குருவிகள் மெல்லிய சத்தமிட்டுக் கொண்டு படையலாகக் கிழக்கே பறந்து சென்றன. நீலியம்மன் கோவில் சிதிலமடைந்த நிலைமையில் நிசப்தமாக வெகு இறுக்கத்துடன் காணப்பட்டது. வெளிச்சத்திலேயே கோவில் கல்மதிலில் குருட்டாந்தைகள் அமர்ந்து குடுக ஆரம்பித்துவிட்டன. இவளுக்குத் தனியாக நடக்கப் பயமாகக் கூட இருந்தது. நெற்றியில் வியர்வை பெருகிக் கண்சூட்டில் இறங்கியது. எரிந்தது. புறங்கையால் துடைத்துக்கொண்டாள். ஆடு முனகலாகக் கத்தியது. அது நல்ல நசியமாக இருந்தது. கம்பரக்கத்தி போன்ற வாலை அடிக்கடித் தூக்கிப் பாதி குனிந்து சொலுக்காக மண்டது. குலாயும் ஒழுகியது. மறுபடியும் தாபத்துடன் கத்தியது. பொழுது விரைவாக இறங்கிக்கொண்டிருந்தது. ஆனாலும் இவளுக்கு ஏனோ ஆட்டை அடித்து முடிக்கிப்போக மனம்வரவில்லை. மூன்று வருடங்களுக்கு முன்பு ஒரு நாள் இதுபோல் சாயங்காலத்தில்தான் இவள் அழுதுகொண்டே இந்தப் பாதையில் ஊரை நோக்கி ஓடிவந்தாள். மசைநாய் கடித்திருந்த புருஷன் யார் பேச்சையும் கேட்காமல் சாராயம் குடித்துக் கோழிக்கறியும் சாப்பிட்டிருந்தான். பருத்திக்காட்டுக்கு களைவெட்டக் கருக்கலில் மம்மட்டியைச் சைக்கிளில் மாட்டிக் கிளம்பிப்போனவன் முகம் இன்னமும் அப்படியே ஞாபகமிருக்கிறது. பருத்திக் காட்டிலிருந்து வளவு ஆட்கள் தூக்கிவந்து சுற்றுத் திண்ணையில் கிடத்தியிருந்தார்கள். அவன் தலை தொங்கிக்கிடந்தது. இவள்தான் பதினாறு வயதில் அவனை விருப்பப்பட்டுப் பரிசம்போடவைத்தாள். இவள் அம்மாக்காரி வீதியில் நின்று மண்ணை அள்ளித் தூற்றிச் சாபமிட்டாள். வளவே வேடிக்கை பார்த்தது. இப்போது நினைக்கும்போது, அந்தச் சாபம் பலித்து விட்டதாகவே தோன்றியது. விழிகள் ஈரமாயின. முந்தானையால் துடைத்துக்கொண்டாள். செம்மி கொஞ்சம் தடம் பழகியிருந்தது. கயிற்றை இவள் இழுக்காமலேயே அது தன்பாட்டுக்குப் பின்னால் வந்தது. மஞ்சள் வெயில் பரவியது. பொழுது வெளிப்பட்டிருந்தது. கருத்த பெருமுகில் உச்சியை நோக்கி மேலேறிக்கொண்டிருந்தது.

4

கல்காட்டுத் தோட்டம் ஊரைவிட்டு முற்றிலும் தனித்திருந்தது. கடவடியின் இருபுறமும் திரவக்கள்ளிகள் வரிசையிட்டு வேலியாக வளர்ந்திருந்தன. கடவுப் படலின் மீது பச்சைப்பாம்பு ஒன்று நீண்டு வெயில் காய்ந்துகொண்டிருந்தது. இவள் ஒரு கணம் தயங்கி நின்றாள். பாம்பு அசையவில்லை. குனிந்து கல்லெடுத்து எறியலாமாவென யோசித்தாள். பாம்பு அசையாமலேயே இருந்தது. அந்த நேரம் கயிறு இழுபடத் திரும்பி ஆட்டைப் பார்த்தாள். வந்த பாதையிலேயே ஆடு திரும்பி ஓட எத்தனித்தது. இவள் கயிற்றைச் சுண்டிப் பிடித்து ஒரு வெட்டு வெட்டிவிட்டுத் திரும்பிக் கடவுப் படலைப் பார்த்தாள். பாம்பைக் காணவில்லை. திரவக்கள்ளி வேலியைக் கண்ணோட்டமிட்டாள். பிறகு ஆட்டைப் பிடித்து இழுத்துக்கொண்டு முன்னே நடந்து படலைத் திறந்தாள். பாம்பு சென்ற வழி மர்மமாயிருந்தது. தோட்டத்துக்குள் கால்வைத்தபோதே நாய் குரைத்துக்கொண்டு ஓடிவந்தது. கிழடு தட்டிய செவலை நாய். துருத்திக்கொண்டிருந்த விலா எலும்புகளோரம் உரோமம் கொட்டிச் சொட்டையாகிவிட்டிருந்தது. ஆடு மிரண்டு இவளைச் சுற்றியது. கயிறு இவள் தொடையைச் சுற்றிக்கொண்டது. ஆவார விளாரை ஓங்கி நாயை விரட்டினாள்.

"உடே...உடே...உடே..."

நாய் வழியை மறித்து விசையாகக் குரைத்தது. தோட்டத்துக்குள் ஆட்கள் யாராவது தட்டுப்படுகிறார்களா என இவள் சுற்றுமுற்றும் பார்த்தாள். யாரையும் காணவில்லை. கோடைக் காற்றில் மெல்லிய அசைவுடன் தென்னந்தோகைகள் மட்டும் சரசரத்தன.

"நாய் ஒன்னும் பண்ணாது. உள்ளே வாம்மிணி."

வடக்குப் பக்கமிருந்து குரல் கேட்டது. இளந்தென்னம் பிள்ளைகளுக்கு நடுவே சொட்டு நீர்ப்பாசனக் குழாயில் அடைப்பு நீக்கிக்கொண்டிருந்த பெரிய கவுண்டர் எழுந்து வந்தார். ஈரக்கைகளை வேட்டி நுனியில் துடைத்தபடி நாயை விரட்டினார். வெறுமேலோடு இருந்தார். முகத்தில் வெள்ளைக் குத்து ரோமங்கள். நரைத்த தலையை மூடிக் கட்டியிருந்த உருமால். வளைவில் எல்லாரும் அவரைக் கூப்பிடுவது ஓதப்புடுக்குக் கவுண்டர் என்றுதான். அவரது இடது காதில் குண்டுமணி நுழையுமளவு ஓட்டை இருந்தது. சின்ன வயதில் ஓதம்

கண்டு விதைக்கொட்டை வீங்கிவிட்டால் காதில் அப்படி ஓட்டை போடுவார்கள் என இவள் கேள்விப்பட்டதுண்டு. காது ஓட்டைக்கும் ஓதம் குணமாவதற்கும் என்ன சம்பந்தம் என்று இவளுக்கு இதுவரை விளங்கியதில்லை.

ஓதப்புடுக்குக் கவுண்டர் காரை படிந்த தன் எத்துப் பற்கள் தெரியச் சிரித்தார். நாய் தென்னம்பிள்ளைகளுக்கிடையே இருந்த புழுதிக் காட்டில் போய் நின்று மறுபடியும் குரைத்தது. ஆடு இவள் காலடியை உரசியபடி நின்றது.

"ஊருக்குள்ளயே காளியம்மங்கெடாய் திரியுமேம்மிணி?"

"இன்னிக்குக் காத்தாலயிருந்து தட்டுப்படலீங்க சாமீ..."

"பெரிய கவுண்டச்சி இப்பதா ஆட்டப் பட்டியில அடச்சிட்டு ஊட்டுக்குப் போனா. எதுக்கப் பாத்திருப்பியே? நீ ஆட்டப் பட்டிக்கெடைக்குப் புடுச்சிட்டுப் போ. நா...சித்த நேரத்துக்குள்ள வாரே..."

அவர் பேசியபோது வாயிலிருந்து எச்சில் தெறித்தது. பீடி நாற்றம் வீசியது. வெயில் முழுவதும் மறைந்துவிட்டது. மேற்கு அடிவானத்தை முகில்கள் மூடிச் செவ்வண்ணம் பரவியிருந்தது. பெரிய கவுண்டிச்சி எப்படி எதிரில் தட்டுப்படாமல் போனார் என யோசித்தப்படியே ஆட்டை இழுத்துக்கொண்டு இவள் தென்னந்தோப்பைக் கடந்தாள். ஆடு மிரட்சியுடன் பார்த்துக்கொண்டே கயிற்றின் இழுப்புக்குத் தகுந்தாற்போலத் தாவி தாவி வந்தது. அந்த நேரம் காற்றின் வேகம் குறைந்திருந்தது. தோட்டத்துக்குள் பரவியிருந்த நிசப்தமும் வெறுமையும் இவளுக்கு அச்சமூட்டின. விசாலமான சோளக்கட்டைக் குண்டலில் மறுகுருத்து துளிர்த்திருந்தது. ஏற்கனவே பட்டி காத்திருந்த இடங்களில் நிலம் இறுகிப் புழுக்கைகளும் மூத்திரச் சுவடுகளும் காய்ந்து நெடியுடன் கிடந்தன.

பட்டியின் மேற்புறத்தில் ஓதுக்குப் படல்கள் சாத்திவைக்கப் பட்டிருந்தன. அணைந்த கோழிகள் ஆளைக் கண்டதும் சாலின் மீதேறிக் கொக்கரித்தன. ஆட்டின் நசியத்தை மோப்பங்கண்டுகொண்ட கிடாய் பட்டிக்குள் தன் முன்னங்கால்கள் இரண்டையும் தரம்பின் மீது தூக்கிப் போட்டுத் தாரிக்கொண்டு நின்றது. விநோதமாக உதட்டைத் துருத்தி துருத்திக் கத்தியது. இதுவும் கறுப்புக் கிடாய்தான். இச்சுப்பட்டி மாரியம்மன் கோவிலுக்கு நேர்ந்ததாக இருக்கலாம். கொடாப்புக் குள்ளிருந்த வெள்ளாட்டுக் குட்டிகளும் கத்தின. செம்மறிகள் மிரட்சியுடன் அலைந்தன. கிடாய்க்கு இருப்புக்கொள்ளவில்லை.

ஓதப்புடுக்குக் கவுண்டர் வந்ததும் ஆட்டை ஒருமுறை மேலும் கீழும் நோட்டமிட்டார். அவரோடு வந்த நாய் சற்றுத் தள்ளிப் போய்ப் புழுதிக்காட்டில் குத்தவைத்து அமர்ந்து இவர்களையே கவனித்தது. அதன் காதுகள் இரண்டும் மடிந்து தொங்கின.

"தரம்புக் கட்டையில ஆட்டைக் கட்டு. நாம் போயிக் கெடாயப் புடுச்சுட்டு வாரே..."

இவள் ஆட்டை இழுத்துப்போய்த் தரம்புக் கட்டை ஒன்றில் வலுவாகக் கட்டினாள். கொஞ்சம் நகர்ந்துபோய்க் கோழிச் சாலிடம் நின்றுகொண்டாள். கவுண்டர் மூலைக் கயிற்றை அவிழ்த்துக் கடவுத் தரம்பை நீக்கினார். கிடாய் தானாக வெளியே வர முட்டியது. கூடவே சில செம்மறிக்குட்டிகளும் சேர்ந்துகொண்டன. அவர் கிடாயின் காதை எட்டிப்பிடித்து இழுத்து அதை மட்டும் வெளியேவிட்டார். கிடாய் பாய்ச்சலாக வெள்ளாட்டிடம் ஓடி வந்தது. அதன் பின்னங் கால்களுக்கிடையே பெருத்த விறை குலுங்கியது. கவுண்டர் கடவுத் தரம்பை மறுபடியும் சாத்தி கயிற்றால் கட்டினார்.

கிடாய் ஆட்டின் பின்புறத்தை முகர்ந்தது. ஆடு குனிந்து சொலுக் காக மண்டது. கிடாய் நாக்கை நீட்டி மல்லை உறிஞ்சியது. பிறகு உதட்டைக் கோணிக் கொண்டது. கவுண்டர் இவளை ஒட்டிவந்து நின்றுகொண்டார். இவள் கிடாயையும் ஆட்டையுமே பார்த்துக் கொண்டு நின்றாள். கிடாய் ஆட்டின் பின்புறம் மேலே தாவியது. கிடாய்க்குக் கொடி உருவி நீர் சொட்டியது. ஆடு தரம்புக் கட்டையில் தலைமுட்டி நகர முடியாமல் நின்றது. கிடாயின் கொடி ஆட்டின் அரைக்குள் நுழைவதை இவள் வேய்க்கானமாகக் கவனித்தாள். கிடாய் இயங்கியது. ஆடு முனகலாகக் கத்தியது. கவுண்டர் நமட்டுச் சிரிப்புடன் இவளை ஏறிட்டுப் பார்த்தார்.

"ஏம்மிணி ஆடு மாடுகள்ல ஆம்பளை வெற்றியா பொம்பளை வெற்றியான்னு தெரியுமா?"

இவளுக்குக் கேள்வி புரியவில்லை. பதில் ஏதும் சொல்லாமல் ஒரு கணம் அவரைப் பார்த்துவிட்டுத் திரும்பவும் கிடாயைக் கவனித்தாள். கிடாய் தளர்ந்து நின்றது. ஆனால், அடுத்த நிமிடம் ஆட்டின் மேல் தாவப் பார்த்தது. அந்த நேரம் அந்தி வெளிச்சத்தின் இயல்பு திடீரென மாறியது. தோப்புக்குள் எங்கோ தென்னை மட்டை முறிந்து விழுந்தது. அணில்கள் கிறீச்சிட்டன. அவர் இவளை உற்றுப்பார்த்துப் பேசினார்.

"நீ புள்ள பெத்தவதானே? புரியாத மாதிரி நிக்கறே?''

“சாமீ நீங்க என்ன கேக்கறீங்கன்னு நெசமாலுமே புரியலீங்க...''

“ஆடு மாடுகள்ல ஆணா பெண்ணா எது அதிக நேரம் தாக்குப் புடிக்குமுன்னு கேக்கறே . . .''

“சாமீ... நா ஒண்டிக்காரிங்க. எங்கிட்டத் தப்பு தப்பாப் பேசாதீங்க.''

அவர் தன் எத்துப்பல் துருத்தக் கடகடவெனச் சிரித்தார்.

“ஒண்டிக்காரீன்னா ஒன்னுமே தெரியாதோ?”

இவளுக்கு அவர் அப்படிப் பேசியதன் உள்ளர்த்தம் புரிந்தும் புரியாமல் இருந்தது. ஒரு கணம் அவர் முகத்தை உற்றுப் பார்த்துவிட்டுப் பார்வையை வேறுபக்கம் திருப்பிக்கொண்டாள்.

கிடாய் தன் கொடியை மறுபடியும் ஆட்டின் அரையில் சொருகியது. இந்தத் தடவை கிடாய் தன் முன்னங்கால்கள் இரண்டையும் ஆட்டின் முதுகின் மேல் தூக்கிப்போட்டு நிலையாக நின்று இயங்கியது. அதன் இயக்கமும் மூர்க்கமாக இருந்தது. ஆடு பலகீனமான குரலில் அணத்தியது. கிடாயின் தொடர்ந்த இயக்கத்தை ஆட்டால் தாக்குப் பிடிக்க முடியவில்லை. நகர்ந்து ஓடியது. இயக்கம் பாதியில் தடைபட்ட ஆக்ரோஷத்தில் கிடாய் ஆட்டை முட்டித் தள்ளியது. கிடாய்க்குக் கொடி இன்னும் விறைப்பு அடங்காமல் நீண்டிருந்தது. சொட்டிட்டது. ஆடும் கிடாயைக் கண்டு தரம்படியில் ஒடுங்கிற்று. கிடாய்க்குச் சீற்றம் அடங்கவில்லை. சில அடி தூரம் பின்னகர்ந்து திடீரென ஓடிவந்து ஆட்டின் வயிற்றைக் குறிபார்த்து விசையாக முட்டியது. பலத்த முட்டு. ஆடு வலி பொறுக்கமுடியாமல் கத்திற்று. கிடாய் ஆட்டின் பின்புறம் சென்று மறுபடியும் மேலே தாவ முயன்றது.

“சாமீ கெடாயப் பட்டிக்குள்ள ஓட்டுங்க. இன்னொருக்கா கெடா முதுச்சுதுன்னா ஆடு தாங்காதுங்க. வீணாப்போயிருங்க...”

“இப்பச் சொல்றயில்லயா... இதுதான் நான் கேட்டதுக்குப் பதிலு.”

சங்கடமும் கவலையும் இவளை ஒருசேரச் சூழ்ந்தன. தலையைத் திருப்பி வடக்கே கடவடியைப் பார்த்தாள். யாராவது வந்தால் தேவலை எனத் தோன்றியது. நெட்டைத் தென்னை மரங்களின் நிழல் இளம் தென்னம் பிள்ளைகளின் மீது படர்ந்து புழுதிக் காட்டில் கிழக்காக வெகுதூரம் விரிந்திருந்தது. கிடாய் ஆட்டின் கழுத்துவரை தலையால் உரசியது. முன்னங்கால்களில் ஒன்றை மட்டும் தூக்கி ஆட்டின் தொடையில் அடித்தது. அரையை முகர்ந்தது. ஆடு குனிந்து முன்புபோல மல்ல முயன்றது.

“சாமீ ஆடு மண்டா கொழாயோட சேந்து எல்லாம் ஒழுகி வீணாப்போயிருமுங்க. மளார்னு போயிக் கெடாயப் புடிங்க.''

ஓதப்புடுக்குக் கவுண்டர் எச்சில் படிந்த நரை மீசையை ஒதுக்கிக் கொண்டார்.

"இப்பத் தெரியுதாம்மிணி...? ஆடு மாடுகள்ல எது வெற்றியின்னு? ஒரு கெடாயி ஒரே நேரத்துல ஒம்போது ஆட்டக் கொண்டுவந்து நிறுத்துனாலும் முதிக்கும். ஆனா ஒரு பொட்டையாடு ஒரு கெடாவோட ஒரு முதியவே தாங்காது..."

"சாமீ... நீங்க ஏதேதோ பேசறீங்க. மொதல்ல கெடாயப் புடிங்க."

"அதுக்குள்ள என்ன அவசரம்மிணி? ஈத்தாடுல செனை நிக்க வேணாமா? இன்னொரு முதி முதிக்கட்டும்."

"சாமீ சொன்னாக் கேளுங்க. ஆடு இப்பவே குறுகிருச்சு..."

"அப்படின்னா நா கேக்கற இன்னொரு கேள்விக்குச் செரியாப் பதில் சொல்லு. நா ஒடனே கெடாயப் புடுச்சிக்கறே..."

இவள் முதல்முறையாக அச்சம் படிந்த முகத்தோடு ஓதப்புடுக்குக் கவுண்டரைப் பார்த்தாள்.

"ரோட்டுல முண்டு போட்டுக் கெடக்குதே நாயி... அதுல கடுவநாயா? பொட்டநாயா? எது வெற்றியின்னு சரியாச் சொல்லு பாப்போம்?"

அவர் பேச்சு இவளுக்கு எரிச்சலூட்டியது. அழுகையே வரும்போல் இருந்தது. அவர் பேச்சின் உள்ளர்த்தத்தையும் உணர முடியவில்லை. மௌனமாகவே பட்டியைப் பார்த்தபடி நின்றிருந்தாள். அந்தி வெளிச்சம் சிறிது சிறிதாக மங்கிவந்தது.

"செரி அதுக்குப் பதில் தெரியாட்டிப் போவுது. நம்ம மாதிரி மனுசங்கள்ல ஆருக்கு வெற்றியின்னு சொல்லு. சொன்னீன்னா நீ இப்பவே ஆட்டப் புடுச்சிட்டுப் போயிறலாம்."

இவளால் அப்போதும் அவர்மேல் ஏற்பட்ட ஆத்திரத்தை வெளிக் காட்டிக்கொள்ள முடியவில்லை. நடுக்கம் ஏற்பட்டது. பயம் சூழ்ந்தது. இவளுக்கே தெரியாமல் அழுகை முட்டிக்கொண்டு வந்தது. இவள் அதே இடத்தில் சரிந்து உட்கார்ந்தாள். கைகளால் முகத்தில் அறைந்துகொண்டு கேவிக் கேவி அழத் தொடங்கினாள்.

"உனி இப்பிடிப் பேசினீங்கன்னா அந்தக் கெணத்துல குதிச்சுச் செத்துருவேன் சாமீ..."

கவுண்டர் முகத்தில் அப்போதும் எந்தச் சலனமுமில்லை. இயல்பாகச் சிரித்தார்.

"ஏய் இப்ப நான் என்ன சொல்லிட்டேன்னு இப்பிடி ஒப்பாரி வைக்கிறே? கெடாய் கோவத்துல இருக்கும். இப்பப் போய்ப் புடுச்சா இடிக்காம உடாது. அதுக்குத்தான் தாமசப்படுத்துனேன். செரி... செரி... எந்திரிச்சுப் போயி நரிப்பயித்தாம் போர்ப்பட்டறைகிட்டக் கெடக்கற தலைக்கயித்தையும் கவக்குச்சியையும் எடுத்துக்கிட்டு வா. போ... போ..."

இவள் எழுந்து முந்தானையால் கண்ணீரைத் துடைத்துக் கொண்டாள். புழுதிக்காட்டில் குத்தவைத்து உட்கார்ந்திருந்த நாயைக் காணவில்லை. வடபுறம் கிணற்று மேட்டை ஒட்டித் தொண்டுப் பட்டி தெரிந்தது. இவள் புழுதிக்காட்டில் இறங்கினாள். கவுண்டரைத் திரும்பி திரும்பிப் பார்த்தவாறே கடும் வெறுப்புடன் எட்டுவைத்தாள். அவர் நமட்டுச் சிரிப்புடன் நின்றிருந்தார். கிடாய் இன்னும் ஆட்டைத் துன்புறுத்திக் கொண்டுதானிருந்தது. ஆட்டுக்குப் பின்னங்கால்கள் தள்ளாட நடை பின்னியது. அது தளர்ந்திருந்தது.

ஆள்காட்டிக்குருவியின் குரல் நெருங்கி வந்து தேய்ந்தது. வண்டிச் சாய்ப்பை அடைந்தாள். சாய்ப்பு முன்பான சாணி மெழுகிய களத்தில் நாய் படுத்திருந்தது. இவளது காலடி அரவம் கேட்டதும் அது தலை நிமிர்த்திப் பார்த்துவிட்டு மறுபடியும் முடங்கிக்கொண்டது. கட்டுத்தரையின் மேற்புறம் ஒதுக்குக்கு கல்கட்டில் காய்ந்த பருத்தி மிளார்களைக் கத்தை கத்தையாகக் கட்டிச் சாய்த்துவைத்திருந்தார்கள். மயிலைப் பசுமாடு அசை வாங்கிக்கொண்டு படுத்திருந்தது. கறம்பை தட்டாத கன்று மிரண்டு எழுந்தது.

இவள் தட்டுப்போரைத் தாண்டிச் சென்றாள். உள்தொண்டுப் பட்டியில் செம்மறிக்குட்டிகள் மேயத் தோதாக நரிப்பயித்தாம் போர் போடப்பட்டிருந்தது. இவள் குத்தாரிமேல் ஊன்றிச் சாய்த்திருந்த கவையை எடுத்தாள். அதன் கீழே கிடாயின் தலைக்கயிறு கிடந்தது. குனிந்து கயிற்றையும் எடுத்தாள். போர்ப் பட்டறைக் கற்களுக்கிடையே செங்கரையான்கள் சருகைக் கடித்துக்கொண்டிருந்தன. நிமிர்ந்தவள் பின்னால் யாரோ நடந்து வந்த காலடிச் சத்தம் கேட்டுச் சட்டெனத் திரும்பினாள். தட்டுப்போரை ஒட்டிக் கவுண்டர் நின்றிருந்தார்.

இவளுக்குப் பக்கென்றது. குலை நடுக்கமெடுத்தது. திரும்பவும் அழுகை முட்டியது. சுற்றுமுற்றும் பார்த்தாள். அந்தி இருள் நெருங்கிக்கொண்டிருந்தது. அணையும் பறவைகளின் சத்தம்கூடக் கேட்கவில்லை. கவுண்டர் தொண்டையைக் கமறினார்.

"அம்மிணி... இந்நேரத்துல ஆரும் வரமாட்டாங்க. பயப்படாதே!"

“சாமீ… நா ஈனசாதி முண்டச்சீங்க. என்ன ஒன்னும் செஞ்சுராதீங்க.”

“நீ பரமன வெச்சிருக்கறது எனக்குத் தெரியாதுன்னு நெனச்சியா?”

“சாமீ… அபாண்டமா பழிபோடாதீங்க. நா அப்புடிப்பட்டவ இல்லீங்க.”

ஓதப்புடுக்குக் கவுண்டர் இவளை நோக்கி நடந்து வந்தார். இப்போது காற்றின் ஓசையுமில்லை. தோட்டமே அமைதியாகிவிட்டிருந்தது. தொண்டுப் பட்டியைச் சுற்றிலும் கிளுவை வேலி. வாதுகள் முட்களை நிமிர்த்தி நின்றன. அவற்றைத் தாண்டியெல்லாம் தப்பித்துப் போக முடியாது. தான் வசமாக மாட்டிக்கொண்டதாக நினைத்தாள். கண்களில் தானாக நீர் சுரந்தது. அந்தக் கணம் நாய் எழுந்து குரைத்துக் கொண்டே பட்டியை இலக்கு வைத்து ஓடியது. இவள் தெற்கே பார்த்தாள். சோளக்கட்டைக் குண்டலுக்குள் காளியம்மன் கோவில் கிடாய் நுழைந்துகொண்டிருந்தது. திடீரென அந்தக் கிடாய் எங்கிருந்து வந்தது எனத் தெரியவில்லை. ஆகிருதியுடன் பிடரி குலுங்க அது பட்டியை நோக்கித் தாவி தாவி வந்தது. கிடாயின் பாய்ச்சலைக் கண்டு நாய் பயந்துவிட்டது. சற்றுத் தள்ளியே குரைத்தபடி கிடாயின் கூடவே வந்தது. கவுண்டர் பட்டிக்கிடையை நோக்கினார். காளியம்மன் கோவில் கிடாய் பட்டியை நெருங்கியது. முன்னங்கால் குளம்பால் மண்ணைப் பறித்து உதட்டைத் துருத்திக் கத்தியது. செம்மியிடம் ஓடியது. ஓடிய வேகத்தில் அப்படியே கவுண்டர் கிடாயை இடித்தது. ஒரே இடிதான். அந்தக் கிடாய் கத்திக்கொண்டே விழுந்து விட்டது. எழ முயன்றதும் சாமிக் கிடாய் பின்னால் எட்டுவைத்து முன்னே தாவியது. இம்முறை அந்தக் கிடாயின் அடிவயிற்றில் பலமான இடி. கிடாய் தரம்போடு நசுங்கி ஈனஸ்வரத்தில் கத்தியது. இவள் பார்த்துக்கொண்டேயிருந்தாள். ஓதப்புடுக்குக் கவுண்டரின் முகபாவம் மாறியது.

“அட சண்டாளா… இந்தச் சனியன் எஞ்சாமிக் கெடாயக் கொன்னுபோடும் போல இருக்கு…”

ஓதப்புடுக்குக் கவுண்டர் பட்டியைக் குறிபார்த்து ஓடத் தொடங்கினார். இவள் திக்பிரமை பிடித்துச் சில நிமிடங்கள் அங்கேயே நின்றாள். நாய் குரைத்தபடி கடவடியைப் பார்த்து ஓடியது. ஆறுமுகக் குயவர் தும்புக் கயிற்றைப் பிடித்தபடி கடவுப்படலை நீக்கிக் கொண்டிருந்தது மென்னிருளில் தெரிந்தது.

(செம்மை அக்டோபர் டிசமபர் 2011)

கருப்பண வெளி

கிணறு நிசப்தமாக இருந்தது. நாலு மூலைச்சுவரோரமும் நிழல் கட்டிக்கிடந்தது. பூசாரி நீந்திவிட்டு வந்து படிக்கட்டில் அமர்ந்தார். ஈரத்துண்டை முறுக்கி முதுகுக்குக் கொடுத்து ஊத்தையைத் தேய்த்தார். திடீரெனக் கொழிமணலும் பொடிக்கற்களும் தெற்கு மூலைச்சுவரோரம் நீரின் மேல் விழுந்தன. பூசாரி அண்ணாந்து பார்த்தார். பாம்பேறி வேப்பஞ்சரலுக்கிடையே உடும்பு ஒன்று அசைந்து அசைந்து மேலேறிக் கொண்டிருந்தது. நீலவானின் கீழே கருமுகில்கள் தாழ நகர்ந்து கொண்டிருந்தன. பூசாரி மறுபடியும் நீருக்குள் தாவினார். அலைகள் சுவரில் மோதித் தளும்பின. ஒரு வட்டம் சுற்றி, நீந்தி கிணற்றின் மத்திக்கு வந்தார். அந்தப் பகுதியில் மட்டும் வெயில் விழுந்துகொண்டிருந்தது. முக்குளித்து எழுந்தார். மறுபடியும் நீந்திப் படிக்கட்டுக்கே போனார். காவி வேட்டியையும் துண்டையும் முறுக்கிப் பிழிந்தார். துண்டை இடுப்பில் கட்டிப் பட்டாவாரி டவுசரை அவிழ்த்தார். அதைப் பிழிந்து மறுபடியும் அணிந்துகொண்டார். துண்டையும் வேட்டியையும் தோளில் போட்டுக்கொண்டு படிக்கட்டில் மேலேறினார். வெயில் மறைந்துவிட்டிருந்தது. இரண்டு கிணற்றுப்புறாக்கள் படபடவென இறங்கின. ஆளைக் கண்டதும் வந்த திசை பார்த்துத் திரும்பிப்போயின. படிக்கட்டின் மண் ஈரப்பாதங்களில் ஒட்டிக்கொண்டது. பாதிக்குப் பாதி நரைத்த தாடியிலும் விரித்துப்போட்ட தலைமுடியிலும் நீர் சொட்டியது. கிணற்றுமேட்டில் வந்துநின்றார். தொலைவாரி மேல் அமர்ந்திருந்த ஆந்தை கிணற்றுக்குள் இறங்கிற்று. தென்புறத்தில் ஊரின் சீமையோட்டுக் கூரைகள் தெரிந்தன. கபிலை பிடித்த தடத்தில் கொட்டை மரங்கள் முளைத்திருந்தன. தோட்டமெங்கும் ஆளுயரச் சோளப்பயிர்கள் காற்றுக்கு அசைந்தபடி நின்றன. மஞ்சள் வெயில் படர்ந்திருந்தது. கீழே இறங்கினார்.

புடைதள்ளிய சோளக்காட்டின் இடைப்பொலிமீது நடைத்தடம் போயிற்று. ஈர மணம் கமழ்ந்தது. பயிர்களினூடே காற்று புகுந்து உராயும் ஓசை எழுந்தது. கட்டுத்தரையை ஒட்டி நடந்தார். ஓலைச்சாய்ப்பின் முன்பு தொய்யக்காட்டு அய்யன் நின்றிருந்தார். கோவணம் விலகி விரை வெளியே தொங்கியது. தடியூன்றிக்கொண்டு சல்லடைக் கண்ணாடி வைத்துப் பூசாரியையே பார்த்தார். பூசாரி நெருங்கிப்போனார்.

"இன்னிக்கு சாமியாட்டம் உண்டாப்பா?"

"ஆமாங்க ... பெரிய கவுண்டரே?"

"ஏதோ ரெண்டு வெள்ளியா உனக்கு அருள் வரலையின்னு பேசிக்கறாங்க ... நெஜமா?"

பூசாரிக்குச் சுருக்கென்றது. பதிலேதும் கூறவில்லை. விலகி விரைசலாக எட்டுவைத்தார். பிழிந்த வேட்டியைத் தலைக்கு மேலே உயர்த்திப் பிடித்தார். காற்றுக்குப் படபடத்தது. மாட்டுக்கன்று மிரட்சியாகப் பார்த்து முளைக்குச்சியைச் சுற்றியது. மூத்திரவாடை வீசியது. கொறக்கூடையில் சாணி எடுத்துவைத்துக் கொட்டாமல் கிடந்தது. தொய்யக்காட்டு அய்யன் திரும்பி நின்று பூசாரியைக் கூப்பிட்டுக்கொண்டிருந்தார். பூசாரி கண்டுகொள்ளவில்லை. திடீரென வானம் மோடம் போட்டுவிட்டது. ஊர்த்தடத்தில் நாய்த்துளசியும் சுள்ளியும் மலிந்துகிடந்தன. தலைவாசல் சேற்றுக் கிணற்றடிக்கு வந்தார். கட்டியங்காரன் ஞாபகம் வந்தது. நேராக வீட்டுக்குச் செல்லாமல் மேற்கு வளவு வீதியில் நுழைந்தார். மண்வீதி காற்றோடிக் கிடந்தது. வேலைக்காட்டிலிருந்து வீடு திரும்பிக்கொண்டிருந்த ஆட்கள் பார்த்தபடியே போனார்கள். கட்டியங்காரன் வீட்டு நடை சாத்தியிருந்தது. கட்டியங்காரன் ஏகாலி வீட்டுச் சுற்றுத்திண்ணையில் உட்கார்ந்து பேசிக்கொண்டிருந்ததைக் கண்டதும் பூசாரி அங்குச் சென்றார்.

"ஏம்பா... பட்டியால நேரந்தா வர்றதுன்னு நீயும் கங்கணம் கட்டிக்கிட்டியா?"

"இல்லண்ணே... தொய்யக்காட்டுக் கெணத்துக்குத்தா நானும் குளிக்க வந்துகிட்டு இருந்தேன்."

கட்டியங்காரன் எழுந்து தோளில் போட்டிருந்த காவித்துண்டை உதறினான். உருமால் கட்டிக்கொண்டு கிளம்பினான். விந்தி விந்தி நடந்துபோனான். அவனுக்குக் குதியங்காலில் ஆணி விழுந்து வெகு நாளாயிற்று. பூசாரிக்கு வெறுங்காலை இன்னும் சுடுமணல்

பொசுக்கியது. சாயங்கால வெயில் திண்ணைமீது விழுந்து கொண்டிருந்தது. பங்குசா குத்தவைத்து உட்கார்ந்து கூடத்தைச் சாணியால் வழித்துக்கொண்டிருந்தாள். சமயலறை நாலு மூலை யோரமும் சுண்ணாம்பால் கரைகட்டி வழிக்கப்பட்டிருந்தது. பூசாரி வாசற்படியில் ஏறி நின்றார்.

"மக்கிரியில பூஜை சாமானெல்லாம் செரியா எடுத்துவை..."

"எப்படி முடியும்? எனக்கும் ரெண்டு கைதானே இருக்கு."

"பூன குசுக்கற நேரம்வரைக்கும் இதையே நோண்டிக்கிட்டுக் கெட... மனுசன் நேரங்காலமே கோயிலுக்குப் போக வேண்டாமா?"

"நேரங்காலமே போய்த்தான் சாமி அப்படியே வந்து எறங்கி ருதாக்கும்..."

பூசாரி ஒரு கணம் பங்குசாவையே வெறித்துப்பார்த்தார். கோபம் தலைக்கேறியது. சாமியாடும் நாள் சண்டை வேண்டாம் என யோசித்தார். சுற்றுத்திண்ணையில் ஏறினார். எறவானத்தில் சொருகி யிருந்த கட்டுக்கோலை எடுத்துக்கொண்டு வீதிக்கு வந்தார். பங்குசா ஈரக்கையை உதறி எழுந்தபடி சப்தமிட்டாள்.

"இருங்க... மக்கிரிய எடுத்துட்டு வந்து தாறே."

பூசாரி பதில் பேசாமல் நடந்தார்.

"நமக்கே நேரம் செரியில்லாம கெடக்கு. ஏந்தா இன்னிக்குப் போயி சண்டை கட்டறீங்களோ?"

பூசாரி காதில் வாங்கிக்கொள்ளவில்லை. வாய் பாடலை முனகியது. சுவர் நிழல் வீதியை மூடியிருந்தது. ஊரைவிட்டுக் கிழக்குத் திசையில் நடந்தார். ஒற்றைச் செம்பூத்து வலம் போயிற்று. வழிச் சகுனம் எதுவுமில்லை என ஆறுதல் ஏற்பட்டது.

போனவாரம் பெய்த கார்மழைக்குக் கிளுவைவேலிகள் பசுத்திருந்தன. பிரண்டைத் தண்டு கொழுந்துவிட்டிருந்தது. இட்டேரி மண்தடம் எங்கும் ஆட்டுத்தாரைகள். பச்சைப் புழுக்கைகளும் இறைந்துகிடந்தன. பண்டம்பாடிகள் தோட்டங்களுக்குத் திரும்பிய பின் கொறங்காட்டு வெளி நிசப்தம் பூண்டுவிட்டது. கட்டுக்கோலைக் கைமாற்றினார். வெறுங்காலைப் பார்த்து எட்டுவைத்தார். காலடியில் புழுதி எழும்பிற்று. கொருவைமுட்கள் கிடந்தன. பொழுது தாழ்ந்துகொண்டுவந்தது. உழிஞ்ஞைக் கொம்பில் ஓணான் தனித்து அமர்ந்திருந்தது. இரண்டு காடுகள் தள்ளிச் செம்மறிக்குட்டிகள் கத்தின.

திப்பணாங்காட்டு அய்யனின் கொறங்காட்டில் போய் இட்டேரி முடிந்தது. கடவுப்படல் திறந்தே கிடந்தது. தூரத்தில் தொறட்டிமரக் கருப்பணசாமிக் கோவில் ஏகாந்தமாகத் தெரிந்தது. ஆங்காங்கே பசுத்திருந்த ஊசிப்புற்கள் காற்றில் நடுங்கியவாறு இருந்தன. வேலாமரங்கள் முட்களை நிமிர்த்தி நின்றன. பூசாரி கோவிலை நோக்கி நடந்தார். கொழுக்கற்றைப் புற்களிடையே ஒற்றைக்கால் தடம் வளைந்துபோயிற்று. கொழிமணலின் மேல் பாம்புத்தாரைப் போயிருந்தது. கன ஜீவனாக இருக்க வேண்டும் என நினைத்தார். பனைச்சால் நெட்டை மரங்களில் காய்ந்து தொங்கிய ஓலைகள் காற்றுக்கு உராய்ந்து ஓசை எழுப்பிக்கொண்டிருந்தன கொழுக்கற்றைப் புற்களிடையே இரண்டு ஆள்காட்டிகள் எழுந்து கத்தின. சற்றுத் தள்ளிப்போய் அமர்ந்து தொடர்ந்து கத்தின.

அஸ்தமன மஞ்சள் வெளிச்சம் காடெங்கும் விரவிவிட்டது. கோவிலைச் சுற்றிலுமான கல்கட்டுகள் சில இடங்களில் சரிந்துகிடந்தன. பூசாரி கருங்கல் வாசற்படியைக் கடந்து உள்ளே போனார். சிதில மடைந்த மண்குதிரைகள் இரண்டும் கால் தூக்கி நின்றன. மீசை முறுக்கி, கொடுவாள் தூக்கிய முனி ஆத்திரம் அடங்காதவர்போலக் காணப்பட்டார். தொறட்டிவாதுகளில் ஒட்டுக்கொடி முளைத்துப் படர்ந்து தொங்கியது. கருப்பணர் துப்பாக்கித் தாங்கி நின்றார். அவர் காலடியில் இருபுறமும் வெங்கிக்கல் சாமிகள் இருந்தன. விளக்குக் கூண்டுக்குள்ளிருந்து கட்டெறும்புகளும் மொசுவெறும்புகளும் சாரை போட்டு ஊர்ந்துகொண்டிருந்தன. மண் விளக்குகளில் எண்ணெய்ப் பிசுபிசுப்புடன் இருந்த திரியை அவ்வெறும்புகள் மொய்த்தபடியும் இருந்தன.

வேல்களில் வரிசையாகத் தொங்கியச் சிறுமணிகள் காற்றுக்குக் கொத்தாய் ஒலித்தன. பூசாரி கட்டுக்கோலை வேல்களின் ஓரம் சாய்த்து வைத்தார். தரையெங்கும் சுலக்கைகள் அலைந்தன. தொறட்டிமரத்தின் வெளிர் மஞ்சள் நிறப்பூக்கள் சில இடங்களில் உதிர்ந்துகிடந்தன. பூசாரி கருப்பணசாமிக்கு எதிரில் போனார். தரையில் மேற்கு பார்த்துச் சப்பணமிட்டு அமர்ந்தார். நிலம் இன்னும் வெக்கையுடன் தகித்தது. பொழுது கண்ணைக் கூசியது. சாமியையே பார்த்தபடி இருந்தார். ஒருகணம் விண்மீண்போல ஒளிரும் அதன் விழிகளின் தீட்சண்யம் கண்டு திடுக்கிட்டார். கண்கள் மூடிக்கொண்டன. சாம்பல்நிற இருள் கவிந்தது. புறவொலிகள் சட்டென அடங்கின. பாடலை வாய் முணுமுணுத்தது. குரல் வெளியே வராமல் உள்ளுக்குள் ஒடுங்கிற்று.

மனசு குழப்பமாகவே இன்றும் இருந்தது. பதற்றத்தை உணர முடிந்தது. இரவு சாமியாட்டம் நல்லபடியாக நடக்க வேண்டும் என வேண்டினார். திரும்ப திரும்ப அதே எண்ணம் ஓடிற்று.

சற்று நேரம் கழிந்தது. பூசாரிக்குச் சுவாசம் சீராயிற்று. அருகில் யாரோ பேசுவதுபோல உணர்ந்தார். முழிப்பு தட்டியது. கள்ளிப்பழம் பறித்துக்கொண்டு வந்த மூன்று பையன்கள் கல்கட்டுக்கு வெளியே நின்று பூசாரியையே பார்த்துக்கொண்டிருந்தார்கள். பொழுது தாழ்ந்துவிட்டது. வெளிச்சம் மட்டும் இருந்தது. அணையும் பறவைகளின் ஓசை காடெங்கும் எழுந்துகொண்டிருந்தது. பூசாரி எழுந்தார். கட்டியங்காரன் ஒற்றைத் தடத்தில் மக்கிரியைச் சுமந்தபடி வந்துகொண்டிருந்தான். அந்தப் பையன்களிடம் ஏதோ பேசினான். அந்தப் பையன்கள் ஊரைப் பார்த்துப் போனார்கள்.

கட்டியங்காரன் கல் வாசற்படி ஏறிப் பூசாரி அருகில் வந்துநின்றான். தலைகுனிந்தான். பூசாரி மக்கிரியைப் பிடித்து இறக்கித் தரையில் வைத்தார். கட்டியங்காரன் சும்மாட்டுத் துணியை விரித்து இடுப்பில் கட்டிக்கொண்டு தொறட்டிமரத்தை நோக்கிப் போனான். பொந்துக்குள்ளிருந்து ஈர்க்குமாறை எடுத்துவந்து கோவிலைக் கூட்டினான். எறும்புகளும் சுலக்கைகளும் கலைந்து அலைந்தன. வேல்மணிகள் காற்றுக்குச் சலசலத்தன.

பூசாரி அடிமரத்தோரம் கவிழ்த்துவைக்கப்பட்டிருந்த மண்குடத்தைப் போய்த் தூக்கினார். செந்தேள் கொடுக்கை நிமிட்டி நின்றது. பூசாரி குடத்தை முகத்தருகில் பிடித்து உள்ளே பார்த்தவாறே கட்டியங்காரனைக் கூப்பிட்டார். குடம் உள்ளே சுத்தமாக இருந்தது. எட்டுக்கால் பூச்சி ஒன்று மட்டும் ஒட்டியிருந்தது. பூசாரி ஈர்க்குமாருடன் வந்த கட்டியங்காரனிடம் செந்தேளைக் காட்டினார். கட்டியங்காரன் ஈர்க்குமாரால் அதனை அடித்து நசுக்கி மண்ணோடு அமுத்தினான். பூசாரி மண்குடத்தைத் தோளில் வைத்தபடி கிணற்றை நோக்கி நடந்தார். கட்டியங்காரன் குரல் கேட்டது.

“தேளு. . . காரியத்த தேங்கவெச்சிரும்...”

பூசாரி துணுக்குற்று நின்றார். திரும்பிப்பார்த்தார். கட்டியங்காரன் மேலும் தேளைச் சபித்தபடி பெருக்கத் தொடங்கினான். பனை மரங்களுக்கு நடுவான தடத்தில் தாரை அழிந்துபோயிருந்தது. ஆமரப்பாளைகள் விழுந்து காய்ந்துகிடந்தன. சில இடங்களில் நெருஞ்சிக்கொடி குறுக்கே படர்ந்து முள் முதிராமலிருந்தது.

வேலாமரங்களும் பூவெடுத்திருந்தன. வடகிழக்கு வேலியோரம் கிணறு இருந்தது. தொலைமேட்டில் ஆள் புழங்காத கல்தாழி கிடந்தது. கிணற்றைச் சுற்றிலும் தழிஞ்சிப் புதர்கள் மூடிக்கிடந்தன. பாம்பேறியோரம் சென்று எட்டிப்பார்த்தார். பாதிக்கிணற்றில் தண்ணீர் கிடந்தது. பச்சை நிற மாமாங்கத் தண்ணீர். கல்படிகளில் மண்மூடி சரிவான தடம்போலக் காணப்பட்டது. பாதம் அமுத்தியவுடன் பொடிக் கல்லும் மண்ணும் சரிந்து முன்னால் உருண்டோடி நீரில் விழுந்தன. பூசாரி ஒரு கையில் சுவரைத் தாங்கலாகப் பிடித்தபடி நிதானமாகவே இறங்கினார். வங்குகள் இருந்தன. சோற்றுக்கற்றாழைகள் மண்டி, தண்டு நீண்டு பூத்திருந்தன.

பூசாரி குடத்தை நீர்மேல் வைத்து நீரை அலம்பினார். மிதந்து கொண்டிருந்த சருகுகளும் தூசிகளும் விலகின. நீரின் நெளிவுகள் அடங்கும்வரை பார்த்துக்கொண்டிருந்தார். பின் குடத்தை அமுத்தி நீரை மோந்தார். சுவர்ப் பொந்தில் உட்கார்ந்திருந்த குருட்டாந்தை இவரையே பார்ப்பதுபோல் பட்டது. குடத்தைத் தூக்கித் தோள்மீது வைத்துக்கொண்டார். திரும்பி படிகளில் சூதானமாக மேலேறினார்.

தழிஞ்சிப் புதருக்குள் தும்பி முரலும் ஓசை கேட்டது. மண்குடத்து நீர் பூசாரியின் நடையின் அசைவுக்கேற்பத் தளும்பிற்று. ஆகாசத்தில் லேசான இருள் மூண்டது. அதற்குள் ஊரின் வீதி விளக்குகள் ஒவ்வொன்றாகப் பளிச்சிட்டன. கட்டியங்காரன் பெட்ரோமாக்ஸ்லைட்டை எடுத்துப் பற்றவைக்க முயன்றுகொண்டிருந்தான். எங்கும் காற்று வீசாமல் நிசப்தமாக இருந்தது.

பூசாரி நேராகக் கருப்பணர் முன்னால் போய் மண்குடத்தை இறக்கினார். தளும்பிய நீர் பூசாரியின் முதுகின் கீழ்வரை வழிந்தது. குடத்தைத் தூக்கிக் கருப்பணர் உச்சியிலிருந்து ஊற்றினார். ஊர்ந்து கொண்டிருந்த கட்டெறும்புகளும் சுலக்கைகளும் நீரோடு அடித்துப் போயின. மீதித் தண்ணீரோடு மண்குடத்தை வேல்மணியோரம் கொண்டுபோய் இறக்கிவைத்தார். கட்டியங்காரன் மக்கிரியிலிருந்து திருநீறும் குங்குமமும் எடுத்துவந்து பூசாரியிடம் கொடுத்தான். பூசாரி உள்ளங்கையில் நீரை அள்ளித் திருநீற்றைக் கரைத்தார். மூன்று விரல்களால் கருப்பணருக்குக் கோடிட்டார். நடுவில் குங்குமத்தைத் திலகமிட்டார். கட்டியங்காரன் ஓடிப்போய்த் தட்டில் செவ்வரளிப் பூக்களைக் கொட்டிக்கொண்டு வந்து நீட்டினான். பூசாரி பூக்களை அள்ளிக் கருப்பணர் சிரசிலும் கீழே வெங்கிக்கல் சாமிகளுக்கும் குத்துக்குத்தாக வைத்தார். பூசாரி கைகூப்பி நின்றார்.

கட்டியங்காரன் களைந்த அரிசியுடன் இருந்த பொங்கப்பானையைக் கல் அடுப்பில் வைத்துத் தீயைப் பற்றவைத்தான். தீ கொழுந்துவிட்டு எரிந்ததும் மண்குடத்தை எடுத்துக்கொண்டு கிணற்றடிக்குப் போய்த் தண்ணீர் மோந்து வந்து இறக்கிவைத்தான். குடம் சாயாமல் இருக்க மண்ணைச் சுற்றிலும் அணைகொடுத்தான். இருள் கூடிக்கொண்டு வந்தது. பூசாரி கருப்பணர் முன்பு நெடுஞ்சாண் கிடையாக விழுந்து எழுந்தார். கட்டியங்காரன் மறுபடியும் பெட்ரோமாக்ஸ்லைட்டைப் பற்றவைக்க முயன்றான். இட்டேரித் தடத்தோரம் பட்டி நாய்களின் குரைப்பொலி கேட்கத் தொடங்கியது. ஜல மூலையில் கருக்கல் மெல்ல மேலேறிக்கொண்டிருந்தது.

"ஜனங்க வந்ததும் மளார்ன்னு பூஜையை முடிச்சிட்டுக் கணக்கு சொல்ல ஆரம்பிச்சிருங்க... அடிமானம் கருக்கிக்கிட்டு வருது... மின்னுச்சுன்னா போதும்... மழெ எறங்கீரும்..."

பூசாரி கட்டியங்காரனுக்குப் பதில் ஏதும் சொல்லவில்லை. அடிவானத்தை ஒருமுறை பார்த்துவிட்டுக் கருப்பணர் முன்பு வாழை இலையை விரித்து நீர் தெளித்தார். படையல் சாமான்களைப் பரப்பி வைத்தார். கட்டியங்காரன் பெட்ரோமாக்ஸ் லைட்டுக்குக் காற்றடித்தான். விசையுடன் அடிக்க அடிக்க அது குபுக்கெனப் பற்றி எரிய ஆரம்பித்தது. ஊமை இருள் சட்டென அடர்வுகொண்டதுபோலத் தெரிந்தது. கல்படியோரம் யாரோ பேசிய அரவம் காதில் விழுந்தது. திரும்பிப் பார்த்தார். நிழல் கல்கட்டில் விழுந்து அசைந்தது. நான்கைந்து பேர் அருகில் வந்து நின்றார்கள். ஒருவர் பேட்டரி லைட் வைத்திருந்தார். பெண்கள் பெட்ரோமாக்ஸ்லைட்டை ஒட்டிப் போய் அமர்ந்தார்கள். கொண்டு வந்திருந்த சூட டப்பியைக் கட்டியங்காரனிடம் கொடுத்தார்கள்.

"காளைய மூக்காணியில வலுவாத்தானே கட்டியிருக்கே... பொட்டிலி கீது போட்டா... மெரண்டுக்கப் போவுது. சித்த நேரங்கழிச்சு எதுக்கும் ஒரு எட்டு போயீ பாத்துட்டு வந்திரு..." வந்தவர்கள் அவர்களுக்குள் பேசத் தொடங்கிவிட்டார்கள். மேலும் சில பெண்கள் வந்து சேர்ந்துகொண்டார்கள். திடீரென ஒளிக்கீற்று கிளுவைவேலிமீது படர்ந்து நகர்ந்தது. திருப்பூர்க் கம்பெனிப் பேருந்து ஆட்களை இறக்கிவிட்டுத் திரும்பிப்போன முறைச்சல் கேட்டது. அபிஷேகத்துக்கான பொருட்களைக் கட்டியங்காரன் கரைத்தான். அடிவானில் பளீரென மின்னல் கீற்று படர்ந்தது. பெண்களின் பேச்சு மழையைப் பற்றித் திரும்பியது. ஆண்கள் கல்கட்டுக்கு வெளியே

போய்ப் பீடி பற்றவைத்தார்கள். கூட்டம் முப்பது நாற்பது பேருக்கு மேல் இருக்கும் எனப் பூசாரிக்குத் தோன்றியது.

உடனே பூசாரி பூஜையைத் தொடங்கினார். விருத்தம் பாடினார்.

"எதிராளி... பதிராளி பில்லிசூன்யம், காத்துக்கருப்பு, ஐவினை, செய்வினை, பிதை மருந்து, பாசானம் எதுவிருந்தாலும் வெலக்கிக் கொடுத்து அப்பான்னு சொல்லுக்கு அடி எடுத்து வரணுமுடா கருப்பணா."

பூசாரி முன்னால் கூட்டம் பயபக்தியுடன் நின்றது. பூசாரி அபிஷேகத் தைச் சாமிகளுக்குப் படையல் வைத்து எடுத்தார். இளநீரைப் பொத்துத் தீர்த்தத்தை இடவலமாக மூன்று சுற்று சுற்றிக் கூட்டத்தின் மேல் வீசினார். கட்டியங்காரன் திருநீற்றுத் தட்டில் சூடம் கொளுத்திப் பூசாரியிடம் நீட்டினான். பூசாரி தட்டை வாங்கியதும் மறுபடியும் விருத்தம் பாடினார். இப்போது உச்சியில் மின்னலடித்தது. அடிவானி லிருந்து கருக்கல்கள் மேலெழும்பியிருந்தன. கொழுக்கற்றைப் புற்களிடையே வண்டுகளின் ஓசை அதிகமாயிற்று. முகில்கள் ஏறி நட்சத்திரங்கள் தெரிவது குறைந்துகொண்டுவந்தது. பங்குசாவும் சின்ன மகளும் வந்து கூட்டத்தோடு சேர்ந்து நின்றார்கள். சின்ன மகளின் முகத்தில் பனியன் கம்பனிக்குப் போய்விட்டு வந்த களைப்பு இன்னும் நீங்காமலே இருந்தது. அவசரமாகக் குளித்து ஈரத்தலையை முடியாமல் இருந்தாள்.

திடீரெனக் காற்று வேகமாக வீசியதைத் தொறட்டிமரத்தின் இறைச்சல் காட்டியது. வாதுகள் அங்குமிங்கும் அசைந்தன. பூசாரி பூஜைமணி ஒலிக்கத் தீபாராதனை காட்டினார். கூட்டம் கையெடுத்துக் கும்பிட்டது. பங்குசா சப்தமிட்டபடி வேண்டினாள். அந்தச் சமயத்தில் கோட்டான்களின் அலறல் பனைச்சாலடியை நிரப்பியது. சாமி கும்பிட்ட கூட்டம் ஒரு கணம் துணுக்குற்று மீண்டது. தீபாராதனை யினூடே பூசாரி அதைக் கவனித்தார். பின்பு சுதாரித்து எல்லோருக்கும் தீர்த்தம் கொடுத்தார். அரளிப்பூ வாசத்துடன் இளநீர் கலந்த தீர்த்தம். உள்ளங்கையில் வாங்கியவர்கள் வாயில் ஊற்றிக் கொஞ்சம் கண்ணில் ஒற்றிக்கொண்டார்கள். கட்டியங்காரன் கூட்டத்தினருக்குக் கொட்டை இலையில் படையல் வைத்திருந்த தளுவஞ்சோற்றை எடுத்துக்கொடுத்தான். தளுவஞ்சோற்றை வாங்கிய கூட்டம் கல்கட்டுக்கு வெளியே போனது. பூசாரி திரும்பவும் கருப்பணர் முன்பு போய் நின்று விருத்தம் பாடினார். விளக்குக் கூண்டிற்குள் இருந்த அகலின் சுடர் சின்னதாய் எரிந்தது. காற்றுக்கு வேல்மணிகள் ஒலித்தன. பூசாரி நகர்ந்து பெட்ரோமாக்ஸ்லைட்டிடம் வந்தார்.

கட்டியங்காரன் மக்கிரிக்குள்ளேயிருந்து குறிஞ்சியை எடுத்தான். தூக்கிவந்து பெட்ரோமாக்ஸ்லைட்டை ஒட்டிப்போட்டான்.

“அண்ணோய்... மானம் ஏறி மின்னுது ... மழெ வர்றதுக்குள்ளார சாமியாட்டடத்த ஆரம்பிச்சிரலாம்.''

பூசாரிக்கு இந்த அவசரம் பிடிக்கவில்லை. திரும்பி கருப் பராயனைப் பார்த்துக் கும்பிட்டார். தீபாராதனைக் கற்பூரம் எரிந்து அணைந்துபோயிருந்தது. வேல்மணியோரம் சென்று கட்டுக்கோலை எடுத்துவந்தார். குறிஞ்சியில் அமர்ந்தார். கட்டுக்கோலைத் தரையில் ஊன்றித் தலையை முன்னே குனிந்து விருத்தம் பாடினார்.

“மேற்கு அடிவானம்...

மேவரத்து மேவரத்து நடைகாலு...

நடைகாலு விட்டெறங்கி...

மாடு ஒன்னு வந்திருக்கு...”

சட்டெனப் பூசாரி விருத்தத்தை நிறுத்தினார். சப்தமாகக் கட்டியங் காரனைப் பார்த்துக் கேட்டார்.

“வந்திருக்கா இல்லையான்னு கேட்டுச்சொல்லு.”

“ஆமா சாமி வந்திருக்கு...”

பூசாரி காலடியில் அமர்ந்திருந்த கட்டியங்காரன் கட்டியம் கூறினான். கணக்கு கேட்க வந்திருந்தவர்கள் பூசாரியையும் கட்டியங்காரனையும் மாறிமாறிப் பார்த்தபடி இருந்தார்கள். யாரும் யாரோடும் எதுவும் பேசிக்கொள்ளவில்லை. பூசாரி சாமியாட்டத்தைத் தொடர்ந்தார்.

“அட வந்த மாடு ... வந்த மாடு...

மனசுல கொறையுந்தா தாங்கி...

மாளாத கண்ணீரு...

கண்ணீரு விட்டழுது...

வந்திருக்கு... வந்திருக்கு...”

பூசாரி பாடலை நிறுத்தினார். கட்டியங்காரன் சப்தமிட்டான். “மேவரத்து நடைகாலு மாடு ... ஆரு... கணக்கு வேண்டாமா...?”

கூட்டம் நிசப்தமாக இருந்தது. வெள்ளைச்சேலைப் பெண்மணி ஒருத்தி எழுந்து பூசாரியின் முன்பு வந்தாள். அவர் காலில் விழுந்து அழுதாள். பூசாரி திருநீறை எடுத்து அவள் தலையில் போட்டார். அவள்

நிமிர்ந்ததும் நெற்றியில் வைத்துவிட்டார். அவள் எழுந்து கைகட்டி பவ்வியமாக மிரட்சியுடன் நின்றாள். பூசாரியின் உதடுகள் பாடலை உச்சரித்தன. தொங்கிய தலை வட்டமிட்டது.

"அட அப்பனே... கருப்பணா...
நீ வேட்டைக்கு வீரனப்பா...
அட வெள்ளைக் குதிர விட்டெறங்கி...
கணக்கப் பிரிச்சுக் குடு...
மாட்டோட கணக்கு எங்கே...
பிரிச்சு குடும்மிப்போ..."

இராப்பூச்சிகளின் சப்தம் மட்டும் கேட்டது. தளுவு இலைகளுக்கு வந்திருந்த நாய்கள் இருளில் சண்டையிட்டுக் குரைத்தன. முகில்கள் ஏறிக்கொண்டேயிருந்தன. மின்னலின் தாக்கம் அதிகமாயிற்று. பூசாரி சாமியாட்டத்தைத் தொடர்ந்தார். உரத்த குரலில் விருத்தத்தைப் பாடினார். அருள் இறங்கவேயில்லை. கணக்கு கூடிவரவில்லை. அடையாளம் புலப்படவில்லை. பூசாரி நிமிர்ந்தார். அந்தப் பெண்ணைப் பார்த்தார். கூட்டத்தைப் பார்த்தார். உட்கார்ந்திருந்த கட்டியங்காரனும் ஜனங்களும் அப்படியே தெரிந்தார்கள். பெட்ரோமாக்ஸ் வெளிச்சத்துக்கு வந்து கண்ணாடியில் மோதும் விட்டில்களும் ஈசல்களும்கூடத் துலக்கமாய்த் தெரிந்தன. பூசாரி திரும்பவும் தலைகுனிந்தபடி பாடினார்.

"வந்த கணக்குமப்பா...
வழியோட போயிருச்சு...
மாட்ட வர்ற வார் வாரம் எஞ்சன்னதிக்கு
வரச் சொல்லும்பா..."

அந்தப் பெண்ணின் கண்களில் நீர் சுரந்தது. பயத்துடன் புரியாமல் கட்டியங்காரனைப் பார்த்தாள். கட்டியங்காரன் பூசாரியைப் பார்த்து விட்டுச் சொன்னான்.

"ஏதோ கெட்ட சகுனம். கணக்கு கூடல. அடுத்த வாரம் வரச்சொல்லுது. மாடு போலாம்."

அந்தப் பெண் அழுதபடி கூட்டத்துக்குள் போனாள். பூசாரி சிறிது நேரம் அமைதியாக இருந்தார். காற்று குளிருடன் வீசியது. கூடிய சீக்கிரத்தில் மழை இறங்கிவிடும் என்பதற்கான அறிகுறி தென்பட்டது. பூசாரி கட்டுக்கோலை நிலத்தில் ஊன்றினார். இடுப்புக்கு மேலான பாரத்தைக் கட்டுக்கோல்மீது இறக்கித் தலையைச் சுழற்றினார். பாடல் வெளிப்பட ஆரம்பித்தது.

"வளர்த்த மாடு ஒன்னு
வழி மாறி போயிருச்சு ...
கயித்த அத்துக்கிட்டு...
கட்டுத்தாரை விட்டுமல்லோ...
காத வழி போயிருச்சு...
மாடு எங்கே இருக்குதுன்னு...
கணக்கு கேட்டுச் செல்லறதுக்கு
வந்திருக்கே... வந்திருக்கே...''

பூசாரி நிமிர்ந்து கூட்டத்தைப் பார்த்தார். கட்டியங்காரன் கட்டியம் கூறினான். கணவன், மனைவி இருவர் வந்து பூசாரியின் காலில் விழுந்தார்கள். பூசாரி திருநீறு வீசியதும் எழுந்து நின்றார்கள்.

"பனியன் கம்பனிக்கு வேலைக்குப்போன பொண்ணு ஓடிப் போச்சுங்க. ஆளு ஆருன்னுந் தெரியல... எந்தத் திக்குன்னுந் தெரியல சாமி.''

"அட கன்னு போன தெச எதுன்னு...
சட்டுன்னு கணக்கப் பிரிச்சுச் சொல்லுமப்பா...
கருப்பணா... கருப்பணா... கருப்பணா...''

விருத்தம் பாதியில் நின்றுபோனது. பூசாரிக்குப் பயம் எழுந்தது. மழை இறங்கும் என்கிற பிரக்ஞையும் மாறவில்லை. உடம்பு வியர்த்தது. ஊன்றிய கட்டுக்கோலை அசைக்காமல் நிறுத்தி 'கருப்பணா... கருப்பணா' எனத் தொடர்ந்து முனகினார். கைகட்டி நின்ற கணவனும் மனைவியும் பூசாரியையே பார்த்துக்கொண்டு நின்றார்கள். கூட்டம் அப்போதும் அமைதியாகவே இருந்தது. கட்டியங்காரன் சலிப்புடன் பேசினான்.

"சாமி எறங்காமலேயே மலயேறிருச்சா?''

பூசாரிக்கு அவமானமாக இருந்தது. கூட்டத்தை ஒருமுறை நோட்டமிட்டார். மறுபடியும் விருத்தத்திற்குத் தானாகத் தாவிற்று.

"கூட்டுக்குள்ள சேத்து வெச்ச செங்கரும்பு...
வெட்டுப்படப் போயிருச்சுன்னு...
போன தடம் எங்கேயுன்னு
கேக்க நீயும் வந்திருக்கே வந்திருக்கே...''

பூசாரி பாடுவதை நிறுத்தினார். கூட்டம் திகைத்தது. கணவனுக்கும் மனைவிக்கும் எதுவும் புரியவில்லை. குழப்பமாகக் கட்டியங்காரனைப்

பார்த்தார்கள். அவன் பூசாரியை ஒரு கணம் பார்த்தான். பின் தலை கவிழ்ந்தபடியே சொன்னான்.

"சாமிக்குத் திடீர்ன்னு கணக்கு மாறிப்போச்சு. வேற மாட்டக் கூப்பிடுது...''

கூட்டத்திலிருந்து ஒருவன் எழுந்தான். கணவனையும் மனைவியையும் வந்துவிடும்படி சப்தமிட்டான். அவர்களும் பயத்துடன் கூட்டத்துக்குள் சென்றனர். பூசாரி ஆழ்ந்து மூச்சை இழுத்துவிட்டார். விருத்தத்தைத் தொடர்ந்தார்.

"வீட்டுக்குள்ள வெனையிருக்கா...
இல்ல வெளியிலிருந்து வந்த வெனையா...
கேக்க வந்திருக்கே... வந்திருக்கே...''

பூசாரிக்குக் குரலின் தொனி மாறவேயில்லை. ஏற்ற இறக்கம் இல்லை. பாடுவது பழமை பேசுவதுபோல இருந்தது. கட்டியங்காரன் ஒரு கணம் பயந்துபோனான். பின் சுதாரித்துக் கூறினான்.

"சாமிக்கு... இன்னிக்கு... கணக்கு கட்டி வழிவுடல போலிருக்கு..."

பூசாரிக்குப் பாடவந்த விருத்தம் சட்டென அடங்கிற்று. கண்களிலிருந்து நீர் வழிந்தது. எதுவும் பேசத் தோணவில்லை. கட்டுக் கோலைக் கீழே போட்டார். கூட்டம் பின்பாதியில் எழ ஆரம்பித்தது. காற்றுக்கொம்பு சுழன்றடித்தது. குளிருடன் விசைகொண்டிருந்தது. கட்டியங்காரனும் அமர்ந்திருந்த சிலரும் பூசாரியையே பார்த்தவாறு இருந்தனர்.

பூசாரி கட்டியங்காரனுக்கு ஜாடைகாட்டினார். கட்டியங்காரன் புரிந்துகொண்டு எழுந்து அவசரமாக மக்கிரியிடம் சென்றான். காற்று எல்லோர் நிழலையும் அசைத்தபடியே இருந்தது. பங்குசா சொம்பு நீரை எடுத்துக்கொண்டுவந்து நீட்டினாள். பூசாரி சொம்பை வாங்கி அன்னாக்குவிட்டார். நீர் மடக்மடக்கெனத் தொண்டைக்குள்ளே இறங்கும் சப்தம் கேட்டது. பாதி நீருக்கு மேலே கடவாயில் ஒழுகியது. கட்டியங்காரன் மக்கிரியிலிருந்து உடுக்கையை எடுத்துவந்தான். பூசாரி எதிரில் கொடுப்பதற்காகப் பவ்வியமாக நின்றான். ஆகாசமெங்கும் கருக்கல் அடர்ந்துவிட்டது. சற்று நேரமாக மின்னல்கூட இல்லை. சிறுபுழுக்கம் இருந்தது. பூசாரி சொம்பைப் பங்குசாவிடம் கொடுத்துவிட்டு ஆசுவாசப்படுத்திக்கொண்டார். துண்டால் முகத்தை

அழுத்தித் துடைத்துக்கொண்டார். உடுக்கையை வாங்கி இடதுகையில் பிடித்தார். பின்பகுதியில் எழுந்த கூட்டத்தினர் திரும்பவும் வந்து அமர்ந்தார்கள்.

பூசாரி உடுக்கையை அடிக்கத் தொடங்கினார். முன் இரவுக்கான நிசப்தம் சட்டெனக் கலைந்தது. சொற்கள் கணீரென்ற குரலில் வெளிவந்தன. உச்சரிப்பதில் வேகமிருந்தது.

"கருப்புக் குதிர... வெள்ளக் குதிர ஏறி
கனத்தவாள் கையில் தாங்கி ...
பாரமுள்ள கேடயமும்
பக்குவமா வரிஞ்சு கட்டி..."

கட்டியங்காரன் பாடலைக் கட்டியங்கூற முயன்றான். பூசாரியின் வேகத்திற்கு ஈடுகொடுக்க முடியவில்லை. பூசாரியின் வலது கை விரல்கள் உடுக்கையில் ஓடி விளையாடின. கண்கள் லயித்துத் தாமாக மூடிக்கொண்டன. தலை மேலும்கீழும் அசைந்தது.

"கள்ளு சாராயம் குடிச்சுமுன்னோ...
ஆட்டுக்கிடா, கோழிக்குஞ்சு பலிவாங்கிட்டு
பாதசாரி (குதிரை) ஏரியள்ளோ
புறப்பட்டுட்டாரு கருப்பணரு..."

காற்று திசைமாறியது. மழையின் வாசனையுடன் வீசியது. ஜலமூலையில் திரும்பவும் மின்னலைக் கண்டனர்.

"அட கருப்பணம் போகும் வழி
பேயும் பில்லிசூனியமும் காத்துக்கருப்பும்
எல்லை தாண்டி ஓடுமிப்போ..."

பூசாரி தலையை நிமிர்த்திக் கூட்டத்தைப் பார்த்தவாறு இருந்தார். கண்கள் வெறித்து நின்றன. உடுக்கை அடி வேகமெடுத்தது. கட்டியங்காரன் இடைபுகுந்தான்.

"சாமி இப்பிடியே பாடிக்கிட்டே இருந்தா எப்பிடி...? கணக்கு தெரண்டா சொல்ல வேண்டியதுதானே..."

கட்டியங்காரன் பழுப்பேறிய பற்கள் தெரிய வெகுளித்தனமாகச் சிரித்தான். பூசாரியிடம் சலனமில்லை.

"பெருமீசை துடிக்கு மன்னோ...
காவலுக்குப் போகிறானே...

சூலகாத்து வடிவந்தாங்கி...

போகுதல்லோ...கருப்பணனல்லோ...''

கிழக்கே தொலைவில் மழையின் முறைச்சல் கேட்டது. காற்றுக்குத் தொறட்டி மரவாதுகள் சுழன்றன. பங்குசா எழுந்து பூசாரி முன்வந்து நின்றாள்.

“இவ்ளோ நேரமாகியும் உங்க வாயிலிருந்து கணக்கு வரலையே சாமி. உங்க முன்னால குந்தியிருக்கற இவ்ளோ ஜனங்களுக்கும் என்ன சொல்லப்போறீங்க? கருப்பராயா... என்ன சோதனை இது... நாங்க செஞ்ச குத்தமென்ன...?”

பங்குசா அழத் தொடங்கிவிட்டாள். ஓடிப்போய்க் கருப்பணசாமிக்கு முன்பு மண்டியிட்டாள். கைகளால் மாரில் அறைந்தபடி புலம்பினாள். ஜனங்கள் பிதிர்கெட்டதுபோல அமர்ந்திருந்தார்கள். சின்ன மகள் பங்குசாவின் அருகில் அமர்ந்து சாந்தப்படுத்த முயன்றாள்.

“கருப்புக் குதிர... வெள்ளக் குதிர ஏறி...”

பூசாரி முதலிலிருந்து பாடலைத் தொடர்ந்தார். திடீரென உரக்க ஓலமிட்டுக் கத்தினார். உடுக்கை அடி விசைகொண்டது. ஒலி எட்டுத்திக்கும் பரவிக் கிளைத்தது. எதிர்பாராத கணத்தில் பூசாரி உடுக்கையடிப்பதை நிறுத்தினார். அப்படியே நிமிர்ந்து எழுந்தார். கம்பீரமாக நின்றார். பெருமிதமாகக் கூட்டத்தைப் பார்த்தார். மெல்ல உடுக்கையடி தொடங்கிற்று. கால்கள் தப்படிபோட்டன. உடம்பு சாய்ந்து உடுக்கையடிக்கேற்ப நிமிர்ந்தது. “அட கருப்பணம் போகும் வழி” பூசாரியின் குரல் காற்றைக் கிழித்து விரவியது. அப்போது மின்னல் கீழ்வானிலிருந்து உச்சிவரை படர்ந்து மறைந்தது. அதைத் தொடர்ந்து அருகில் விழுந்ததுபோல் ஓர் இடி. நிலம் அதிர்ந்து அடங்கிற்று. காற்று வேகமெடுத்தது. நெட்டைப்பனைகளை உலுக்கிற்று. மழை இறங்கியது. துளி பொட்டுபொட்டென நிலத்தில் விழுந்த சப்தம் கேட்டது. இருந்திருந்தாற்போல் மழை அடர்வுகொண்டது. சடசடவெனப் பெய்யத் தொடங்கிற்று. “சூலக்காத்து வடிவந்தாங்கி...” பூசாரியின் உடுக்கையடி ஆட்டம் வெறிகொண்டது.

கூட்டமும் எழுந்து நின்றது. தொறட்டிமர வாதுகளில் நீர் சொட்டியது. ஈரமணந்த காற்றை எல்லோரும் சுவாசித்தனர். பூசாரிக்கு அருள் இறங்கவேயில்லை. பெட்ரோமாக்ஸ்லைட் கண்ணாடிமீது மழைநீர் பட்டுத் தெறித்துக்கொண்டிருந்தது. காற்று விசைகொண்டபோது கப்கப்பெனப் பிடிக்க ஆரம்பித்தது. கட்டியங்

காரன் ஊதி பெட்ரோமாக்ஸ்லைட்டை அணைத்துவைத்தான். எங்கும் இருள் மூடிக்கொண்டது. பூசாரி தொடர்ந்து உடுக்கையடித்தபடி பாடலைப் பாடிக்கொண்டே ஆடினார். மின்னல் வெளிச்சத்தில் பார்த்தபோது பூசாரி ஆக்ரோஷமடைந்திருப்பதுபோல் தெரிந்தது. கல்கட்டுக்குள்ளிருந்து கேட்டுக்கொண்டிருந்த துள்ளுக்கிடாய்களின் ரீங்காரம் அடங்கிவிட்டது. மழையின் வேகம் தணியவில்லை. திடீரெனப் பூசாரியின் குரல் கம்மியது. பாட்டும் உடுக்கை ஒலியும் நின்றன. பூசாரியின் முனகல் மட்டும் கேட்டது. பின்பு அதுவும் அடங்கிற்று. பூசாரி மண்ணில் சரிந்துவிழுந்தார். புரண்டார். மூச்சு இழுத்தது. கால்கள் உதறின. கட்டியங்காரன் சப்தமிட்டான்.

“ஆராச்சும் தண்ணிக் கொடத்த தூக்கிட்டு வாங்க.”

பயத்தில் கட்டியங்காரன் முகம் இருண்டது. நடுக்கத்துடன் பூசாரியையே பார்த்துக்கொண்டு நின்றான். யாரோ தீக்குச்சியை உரசினார்கள். பூசாரியின் சேற்று மண் அப்பிய முதுகு தெரிந்தது. பூசாரியின் உடலில் சிறு அசைவும் இல்லை. மழை ஒரே சீராகப் பெய்தபடி இருந்தது. சின்ன மகள் மண்குடத்தைத் தூக்கிவந்தாள். கூட்டமும் சூழ்ந்தது. கட்டியங்காரன் இன்னொரு ஆளோடு சேர்ந்து பூசாரியை நிமிர்த்தி உட்காரவைக்க முயன்றான். தலை சரிந்து சரிந்து விழுந்தது. சுவாசம் மேலும்கீழும் போயிற்று. உடல் வெட்டிவெட்டி நடுங்கிற்று. நாக்கு வறண்டு தொங்கிற்று. கூட்டத்தில் ஒருவர் தண்ணீர்க் குடத்தை வாங்கிப் பூசாரியின் தலைமீது ஊற்றினார். பூசாரி அண்ணார்ந்து கைகளால் ஏந்தித் தண்ணீரைக் குடித்தார். மெல்ல உடல் வெட்டுவது அடங்கியது. சுவாசத்தின் பதற்றம் குறைந்தது. சமநிலைப்பட்டது.

கூட்டத்தினர் அமைதியாயினர். மழை பெய்யும் ஓசை மட்டும் கேட்டது. பங்குசா உரத்த குரலில் கருப்பராயனிடம் புலம்பினாள்.

“முப்பத்திரண்டு வருஷமா இப்பிடி ஒன்னு நடந்ததில்லை. இந்த ரெண்டு வாரமா ஏஞ்சாமி இப்பிடி? எங்களுக்கு வெளங்க வெச்சிரு.”

பூசாரியின் தலை நிமிர்ந்தது. கண்களைத் திறந்தார். சுற்றும்முற்றும் பார்த்தார். நடந்தது விளங்க சிறிது நேரம் பிடித்தது. கண்களிலிருந்து கண்ணீர் பெருகியது. கட்டியங்காரன் மௌனமாகப் பூசாரியைப் பார்த்துக்கொண்டிருந்தான். கூட்டம் கலைந்தது. மழையினூடேயே ஒற்றைத் தடத்தை நோக்கி இறங்கினார்கள். ஜனங்கள் தலைக்குத் துண்டால் முக்காடிட்டுப் போவதைப் பூசாரி பார்த்தவாறே இருந்தார். மழை குறைந்தபாடில்லை. பூசாரி ஈரத்துண்டைத் தேடி எடுத்துக்

கண்களைத் துடைக்க முயன்றார். சற்று நேரத்தில் வந்திருந்தவர்கள் எல்லோரும் போயிருந்தார்கள். கட்டியங்காரன் சாமான்களை எடுத்து மக்கிரியில் வைத்தான். சின்ன மகள் பெட்ரோமாக்ஸ்லைட்டை எடுத்துக்கொண்டாள். பங்குசா பூசாரியைக் கூப்பிட்டாள்.

"எந்திரீங்க...வூட்டுக்குப்போலாம்...மழ வுடாது. பொழுதோட வந்த ஒறம்பறையும் போகாது, மழயும் போகாதுன்னு செலவாந்தரம் சொல்லறது செரியாத்தா இருக்கு."

"நீங்க போங்க...நா அப்புறமா வாரே."
"மழ பெய்யறதப் பாரு...ஆம்பளப் பேச்சப் பாரு."
"நா கருப்பணங்கிட்ட நாலு கேள்வி கேட்டுட்டு வரணும்."
"அதே சந்தி சிரிச்சிருச்சே. உனி கேட்டு என்ன ஆவப் போவுது?"
பூசாரி கட்டியங்காரனிடம் திரும்பிச் சொன்னார்.

"டேய் அக்காவையும் பாப்பாவையும் கூட்டிட்டு வூட்டுக்குப்போ. நா சகுனங்கேட்டுட்டு வாரே."

"இந்த மனுஷன் கெடந்துட்டுப் போறாரு... சொன்னா கேக்க மாட்டாரு... வாடி... நாம போலாம்."

மூன்று பேரும் ஒற்றைத் தடத்தை நோக்கி நடந்தார்கள். பனைச் சாலடியோரம் தாழ்ந்த இடத்தில் மழைநீர் தேங்கிக்கிடந்தது தெரிந்தது. நிலம் சொதம்பிவிட்டது. மழை விடுவதாக இல்லை. வானம் கவிந்துகொண்டது. நேரம் நடுநிசியை நெருங்கியிருந்தது. பூசாரியின் வெற்றுடம்பில் மழைத் திவலை விழுந்து தெறித்துக்கொண்டிருந்தது. சிட்டெடுத்த கைகளும் கால்களும் குளிர்ந்து சுருங்கின. காற்று அடங்க மழை திரும்பவும் கனத்தது. பூசாரி சுற்றும் முற்றும் பார்த்தார். ஐங்காத வெளியெங்கும் இருளில் மூழ்கி அமானுஷ்யத்தைக் கொடுத்துக்கொண்டிருந்தது. பயம் எழுந்தது. கருப்பணர் வேட்டைக்குக் கிளம்பும் நேரம் இதுதான். குதிரைகளின் கால்குளம்படிச் சத்தம் வருகிறதாவென உற்றுக் கேட்டார். கருப்பணரின் வேட்டைத் தடம் தென்வடலான பாதை என மனத்தில் பதிந்திருந்தது. குதிரைகளின் கனைப்பு ஓசை தெற்கே தூரத்தில் கேட்கிறதாவென மறுபடியும் உற்றுக் கேட்டார். யாதொரு சமிக்ஞையும் புலனாகவில்லை. சுழன்றடித்த வாடையில் மழைத்துளிகள் சிதறித் தெறித்தன. முகத்தைத் திருப்பாமல் காதுகளைக் கூர்மையாக்கினார். வேல்மணிச் சத்தம் எத்திக்கிலும் எழவில்லை. தொடுவானம் கொஞ்சம் வெளுத்திருந்தது. மின்னல் ஒளிவீசி என்றுமில்லாத தன்மையுடன் படர்ந்துசென்றது. ஒரு கணம்

என். ஸ்ரீராம் | 71

தேங்கிய மழைநீரில் அதன் பிம்பம் படிந்து மீண்டது. இடி உறுமி நிலம் அதிர்ந்தது. காதுக்குள் ஒலி பெருகி ரீங்கரித்தது. பூசாரி கண்களை மூடிக்கொண்டு சத்தமிட்டார்.

"கருப்பணா... கருப்பணா" மழை தணிந்தது. பூசாரி கண்களைத் திறந்தார். இருளில் சத்தமும் அசைவும் தென்பட்டன. ஒற்றைத் தடத்தில் கட்டியங்காரன் நின்றிருந்தான்.

"இன்னும் இங்கு என்ன பண்ணறீங்க? இடி எறங்கீருச்சு. பனைச்சாலைப் பாருங்க."

பூசாரி வடக்கே பார்த்தார். பனைச்சாலடியின் நடுவில் நின்ற உயரப்பனை தீப்பற்றி எரிந்துகொண்டிருந்தது. கருகிய ஓலைகள் தணலாகி விழுந்துகொண்டிருந்தன. திரும்பவும் மின்னல் கண்ணைப் பறிப்பதுபோல மின்னிற்று. கனமான இடி உறுமித் தணிந்தது. கண்கள் இருட்டுக்கட்டி மீண்டன. கைகால்கள் உதறிக்கொண்டன. மனசுக்குள் பக்கென்றது. பூசாரி எழுந்தார். திரும்பி கருப்பணரைப் பார்த்தார். திருநீறு அழிந்து, குங்குமம் கரைந்து, ஒழுகியிருந்தது. கல்படி தாண்டி இறங்கினார். மூச்சிரைப்பாக வந்தது. ஒற்றைத் தடம் சேறாகியிருந்தது. கால்களில் மழை ஈரம் பட்டுச் சிலிர்த்தது. பனை உச்சி இன்னும் சுடர்ந்து எரிந்துகொண்டிருந்தது. காற்று அடங்கியிருந்தது. கால்தடம் சேற்றினுள்ளே அழுந்த நடந்தார். வறத்தவளைகளின் சத்தம் தொடங்கியிருந்தது. கொழுக்கற்றைப் புற்களினூடே அத்தவளைகள் தத்தித்தத்தியோடிய சரசரப்பொலி கேட்டது. மழை தூறல் போட்டது. கட்டியங்காரன் எதுவும் பேசாமல் முன்னே நடந்தான்.

இட்டேரியில் மழைநீர் காட்டு மணலை, அடித்துவந்து மேவிப் போயிருந்தது. ஓரிடத்தில் வெள்ளெலிகள் கிரீச்சிட்டன. கிளுவை முள்ளிலிருந்த மழைத் துளி உதிர்ந்துகொண்டிருந்தது. இன்னும் வானமெங்கும் முகில் குழுமியிருந்தது. மின்னல் மெலிதாக மின்னிற்று. இடி அடங்கிவிட்டது. மூன்றாம் சாமத்தில் வீதிகள் இருள் சூழ்ந்து ஆள் நடமாட்டமின்றி இருந்தன. மின்சார விளக்குகள் அணைந்துகிடந்தன. இருவரும் வீட்டின் எதிரே நின்றார்கள். பங்குசாவும் சின்ன மகளும் நடையைத் திறந்தே வைத்து வெளித்திண்ணையில் உட்காந்திருந்தார்கள். பூசாரி வாசற்படி சாக்கில் கால் ஈரமண்ணைத் தேய்த்துத் துடைத்தார். கட்டியங்காரன் பங்குசாவிடம் ஏதோ சொல்லிவிட்டு வீதியில் இறங்கிப்போனான். பூசாரி யாரோடும் எதுவும் பேசிக்கொள்ளவில்லை. சாவடியில் போய், கயிற்றுக் கட்டிலின் மேல் போர்வையை உதறிப்போட்டார். படுத்துக்கொண்டார்.

விட்டத்தில் பல்லியின் கண்கள் மினுங்கின. மிகுந்த சோர்வும் நெடிய அலுப்பும் ஏற்பட்டன. பெருத்த அவமானம் நிகழ்ந்துவிட்டதைப் போலவே திரும்பத் திரும்ப எண்ணம் தோன்றியது. சற்றுமுன் நடந்துவிட்ட சம்பவங்கள் யாவும் வரிசைக்கிரமமாக எழுந்து மனத்தை அழுத்த ஆரம்பித்தன. ஊருக்குள் தலைக்கோழி கூவிற்று. தூக்கம் விலகிப்போய்விட்டதுபோல உணர்ந்தார்.

மறுநாள் விடிந்தபோது நல்ல குளிர் இருந்தது. வெளியே குயிலின் ஓசை கேட்டது. விழித்தபோது கண்ணில் பூழை அண்டி எரிந்தது. கட்டிலில் எழுந்து உட்கார்ந்தார். சின்ன மகள் கண்ணாடிமுன் நின்று தலை சீவிக்கொண்டிருந்தாள். பின்னிவிட்ட சடையை முன்னே தூக்கிப்போட்டுத் திரும்ப திரும்பச் சரிபார்த்தாள். பங்குசா சாப்பாட்டுக் கூடையைக் கொடுத்துவிட்டுச் சொன்னாள்.

“பஸ் கெழக்கே போயிருச்சு. சீக்கிரம் திரும்பிரும்.”

பூசாரி எழுந்து பின்கட்டுக் கதவைத் திறந்தார். கீழ்வானில் இளஞ்சிவப்பொளி படர்ந்திருந்தது. முருங்கைமரத்தில் தேன்சிட்டு கத்தியபடி வாதுவிட்டு வாது தாவிக்கொண்டிருந்தது. உச்சாணியில் கொம்புத்தேன் ராட்டு இன்னும் அப்படியே இருந்தது. மண் மொடாவோரம் உழுவாம்பூச்சி மண்ணில் துளை போட்டிருந்தது. நீரை அள்ளி முகத்திலடித்தார். குளிர்ந்த நீர் விறுவிறுவென்றிருந்தது. கால்முகம் கழுவினார். திரும்பியபோது ஈனிய வாழைமரம் வேரோடு சாய்ந்துகிடந்ததைக் கண்டார். சுருள் குருத்து மடங்கிக் கிழிந்திருந்தது. தார் பூவோடு முறித்து ஈரமண்ணில் புதைந்துகிடந்தது. சற்று நேரம் அந்த வாழைமரத்தையே பார்த்தார். கூடத்திற்கு வந்தார். போர்வையும் தலைகாணியும் சுருட்டப்பட்டு கட்டில் சுவரோரம் சாய்த்து வைக்கப் பட்டிருந்தன. சின்ன மகள் கிளம்பிப்போயிருந்தாள். அடுப்பங்கரையில் புகைசூழ்ந்த வெளிச்சத்தில் பங்குசா உட்கார்ந்திருந்தாள்.

பூசாரி வெளித்திண்ணையில் வந்து உட்கார்ந்தார். இரவு நடந்த சம்பவங்கள் மறுபடியும் மனத்துக்குள் திரும்ப திரும்ப நிழலாடின. பங்குசாவும் சத்துணவுக்கூடத்துக்கு வேலைக்குப்போகாமல், குளித்து வேறெங்கோ புறப்பட்டுப்போனாள். பொழுது வெறுமையாக நகர்ந்தது. கருப்பணசாமி கைவிட்டுவிட்டதுபோலத் தோன்றியது. வள்ளுவக்குருவி மஞ்சள் ஓணானைத் தூக்கிவந்து எதிர்கூரையில் அமர்ந்தது. தன் கூர்நகங்களால் குடல் கிழித்துத் தின்றது. பூசாரிக்குப் பசிக்கவேயில்லை. எழுந்து கிணற்றடிக்குப் போய்க் குளித்தார். காவிவேட்டியையும் துண்டையும் மாற்றிக்கொண்டார். வீட்டைப்

பூட்டி விளக்கு மாடத்தில் சாவியை வைத்தார். வீதியில் இறங்கி நடந்தார். நிலத்தின் மேலீரம் காய்ந்திருந்தது. நாயும் கூடவே வந்தது. பின்னங்காலைத் தூக்கி மின்கம்பத்தில் சிறுநீர் கழித்தபடியே வந்த நாய் இன்னொரு வீதிக்கு மாறியபோது நழுவிப்போய்விட்டது.

ஆலமரம் உச்சிவெயிலின் நிழல் படிந்து தனிமையிலிருந்தது. ஆட்கள் யாரும் இல்லை. வாதுகளுக்குள் அழுக்குவண்ணான் குருவிகள் முனகிக்கொண்டிருந்தன. விழுதின் ஓரம் கிடந்த கல்லின் மீது உட்கார்ந்தார். இணையைச் சுமந்தபடி வந்த தேர்ப்பட்டாம்பூச்சி இலையில் ஒட்டாமல் சுற்றிவிட்டுப் பறந்துபோனது. ஊரே நிசப்தமாக இருப்பதுபோல் பட்டது. வெகுநேரம் கழிந்தே பேருந்து வந்தது. கூட்டம் குறைவு. பக்கத்து இருக்கையில் எவரும் அமரவேயில்லை. இன்றும் ஆகாசத்தில் முகில்கள் மேற்கு பார்த்து ஓடிக்கொண்டிருந்தன. காட்டுவெள்ளாமைகள் செழித்திருந்தன. விவசாயம் அருகிய நிலத்தினூடே திடீரென வீடுகள் தென்படத் தொடங்கின.

பூசாரி தாராபுரம் பேருந்துநிலையத்தில் இறங்கிக்கொண்டார். வெயில் ஏறி அடித்தது. எங்கும் பேச்சுச் சத்தமும் பேருந்து முறைச் சலுமாக இருந்தன. கோவைப் பேருந்துகள் நிற்கும் இடத்துக்குப் போனார். சிமெண்ட் திண்டில் கோழிக்கூடைகள் கிடந்தன. நாட்டுக்கோழிகள் கொக்கரித்தன. எச்சக் கவிச்சை வீசியது. மூட்டை தூக்குபவர்கள் சிலர் நின்றிருந்தார்கள். பேருந்து உச்சியில் நின்றிருந்தவன் ஏதோ கத்திக்கொண்டிருந்தான். மருமகனைக் காணவில்லை. பூசாரி துழாவினார். மூட்டை தூக்குபவர்கள் பேருந்துக்கு மேலே கயிறு கட்டிக் கூடைகளை ஏற்றத் தொடங்கினார்கள். லுங்கியை மடித்துக்கட்டிக்கொண்டு வேகமாக அங்கு வந்த மருமகன் பூசாரியைக் கண்டதும் கிட்டத்தில் வந்தான்.

“இன்னும் பத்து நிமிஷத்துல பஸ் எடுத்துருவாங்க. நில்லுங்க. கூடைய ஏத்திவுட்டுட்டு வாரே. வூட்டுக்குப் போலாம்.''

மருமகன் பேருந்து பக்கம் போனான். பூசாரி கூடையின் பின்னப் பட்ட கயிற்றுக்குள் துள்ளிய கோழிகளையே பார்த்துக்கொண்டு நின்றார். ஒவ்வொரு கூடையாகக் கயிறு கட்டி மேலே இழுத்தார்கள். கடைசிக் கூடை மேலேறியதும் மருமகன் பேருந்தின் பின்புற ஏணி வழியாக மேலேறினான். சுருணைக்கயிறு போட்ட எல்லாக் கூடைகளுக்கும் மேலாகப் பின்னலிட்டுக்கட்டினான். இறங்கிவந்ததும் பேருந்தின் முன்புறம் நின்று சத்தமிட்டுக்கொண்டிருந்த நடத்துநரிடம் ஏதோ பேசினான். பின்பு பணம் எண்ணி நடத்துநரிடம் கொடுத்துவிட்டுப்

பூசாரியிடம் வந்தான். கொஞ்சம் தள்ளி ஆட்டோக்கள் நிறுத்தப் பட்டிருந்த இடத்துக்கு கூட்டிப் போனான். அங்கு ஓரமாக நிறுத்தியிருந்த மொபெட்டைக் கிளப்பிப் பூசாரியை ஏறிக்கொள்ளச் சொன்னான். பூசாரி இரண்டு பக்கமும் கால்போட்டு ஏறி உட்கார்ந்து கெட்டியாகப் பிடித்துக்கொண்டார். மருமகன் மொபெட்டை நெரிசலான கடைவீதிக்குள்கூட வேகமாகவே ஓட்டினான். வெயில் தணியவேயில்லை.

பெரிய மகள் வீடு சுண்ணாம்புக்காரத் தெருவில் இருந்தது. பூட்டிக் கிடந்தது. பூசாரி இறங்கிக்கொண்டதும் மருமகன் மொபெட்டைப் பந்தல் நிழலில் நிறுத்தினான். பந்தல்மேலே ராமபாணக்கொடி ஏறிப் படர்ந்திருந்தது. மருமகன் வீட்டைத் திறந்தான். நடை தலைதட்டும்படி தாழ இருந்தது. மருமகனைத் தொடர்ந்து பூசாரி குனிந்தே உள்ளே போனார். மருமகன் கோரைப்பாயை எடுத்து முன்னறையில் விரித்தான். இருவரும் உட்கார்ந்தார்கள். வீடு இருள் கட்டிக்கிடந்தது. பின்புறம் சமையல்கட்டு மண்ணெண்ணெய் வாசனையுடன் இருந்தது.

“மாமா... அவ பக்கத்துல முத்து வள்ளியம்மை கலியாண மண்டபத்துக்குத்தா வேலைக்குப் போயிருக்கா. மத்தியானம் சம்பந்தி விருந்து முடிஞ்சதியும் வந்திருவா. நானே தலக்கறி எடுத்துக்கிட்டு வாரே. அவ வந்தவுடனே சமைக்கச் சொல்லவா?”

பூசாரி பதில் பேசவில்லை. யோசனையாகவே இருந்தார். திரும்பவும் மருமகனாகவே பேசினான்.

“மாமா ஏதாவது சோலியா வந்தீங்களா? சும்மாதானா?”

“மாப்புள்ள...கேள்விப்பட்டிருப்பீங்கன்னு நினைக்கறேன். மூனு வாரமா கணக்கு வரல. சாமியாட்டம் பாதியில பாதியில நிக்குது. நானே வேற மாதிரி ஆயிரரே. அதுதா உங்க மாதிரி ஏவாரம் பண்ணலாமுன்னு ஒரு யோசனை.''

“வேண்டாம் மாமா...நானே ஏன்டா இந்தத் தொழிலுக்கு வந்தோமுன்னு இருக்கேன். இப்ப எல்லாம் முன்ன மாதிரி இல்ல. பண்ணைக்கோழிங்க வந்த பின்னாடி இது பெரிசா இழுக்கறதில்லே . அப்புறம் நாப்பது கோழி வாங்க நாப்பது மைல் வண்டிய எடுத்துக் கிட்டுச் சுத்த வேண்டியிருக்கு. வெல பேச ஒருதடவ கோழி பிடிக்க ஒரு தடவயின்னு... உங்க வயசுக்கு இந்த அலைச்சல் அலைய முடியாது. பேசாம தின்னீறப் பூசினமா சாமி ஆடினமான்னு இல்லாம ஏம்மாமா அந்த ரோசன?''

மருமகன் கால்களை நீட்டி வெறுந்தரையில் மல்லாக்கப் படுத்தான். அவன் பெரும் அசதியில் இருந்தது தெரிந்தது. பூசாரி தெருவில் இறங்கியிருந்த வெயிலைப் பார்த்தபடியே அமர்ந்திருந்தார். வாகனங்களின் முறைச்சலும் ஹாரன் சத்தமும் கேட்டபடியே இருந்தன. படுத்தபடியே மருமகன் சின்ன மகளுக்கு மாப்பிள்ளை பார்ப்பதைப் பற்றிப் பேசத் தொடங்கினான். மகள் வந்து சேர்ந்தபோது மருமகன் தூங்கிப்போயிருந்தான். குறட்டைச் சத்தம் கேட்டுக்கொண்டிருந்தது. மகள் பூசாரியிடம் வாழை இலையில் மடித்த கேசரியையும் பஜ்ஜியையும் கொடுத்தாள். பூசாரிக்குச் சாப்பிட்டதும் அப்படியே எதுக் கழித்து வந்தது. பசி அடங்கிப்போயிற்று. வேறு எதுவும் சாப்பிடத் தோன்றவில்லை. மகளின் முகத்திலும் துயரச்சாயல் படிந்திருந்ததைக் கண்டார். மருமகன் கவிழ்ந்து படுத்து ஆழ்ந்த தூக்கத்திலிருந்தான்.

பூசாரி மகளிடம் சொல்லிக்கொண்டு கிளம்பினார். மனசு சோர்விலிருந்து மீளவில்லை. தெருவில் நுழைந்து மெதுவாக நடந்தார். கட்டட நிழல் கிழக்கே இறங்கியிருந்தது. பேருந்துநிலையம் வந்தபோது பள்ளிக்கூடம் விட்டுச் சிறுவர் சிறுமிகள் நின்றிருந்தார்கள். இரைச்சல் மிகுந்திருந்தது. நகரப்பேருந்துகள் நிற்குமிடத்துக்குப் போனார். பத்தாம் எண் பேருந்து வர இன்னும் நேரமிருந்தது. பங்குசாவுக்கு வெற்றிலைபாக்கு வாங்கக் கடையைத் தேடினார். அந்தக் கணத்தில் திடீரெனப் பாடல் ஒலித்தது. பாடலுக்கு இசைவாய் உடுக்கை ஒலி.

“வூட்டுல இளங்குருத்து ரெண்டு இருக்கு ரெண்டு இருக்கு

இளங்குருத்துக்கு தொணமாடு தேடவல்லோ வந்திருக்கேன் வந்திருக்கேன்...’’

பூசாரி பார்வையை நாற்புறமும் செலுத்தினார். உடுக்கை ஒலி அதிர்வுடன் பாடல் துண்டிக்கப்பட்டது. நான்காம் எண் பேருந்தின் பின்னால் சிறுகூட்டம் தென்பட்டது. பூசாரி அங்குச் சென்று கூட்டத்தினுள்ளே பார்த்தார். கிளி சோசியக்காரன் ஒருவன் உட்கார்ந்திருந்தான். அவன் அருகில் டிவிஎஸ் 50 ஒன்று நின்றது. ‘சோசியம் பார்க்க ரூ 5’ என எழுதிய அட்டை வைக்கப்பட்டிருந்தது. அவன் காவி வேட்டியில் உடம்பெல்லாம் ஆங்காங்கே திருநீறுபூசி அமர்ந்திருந்தான். நெற்றியில் சந்தனம் தீட்டி அதன்மேல் ஒரு ரூபாய் நாணயம் அளவு குங்குமம் இட்டிருந்தான். மீசைமுடியும் கிருதாமுடியும் தாறுமாறாக வளர்ந்து இணைந்திருந்தன. பூசாரிக்கு அவனை இதற்கு முன்பு எங்கோ பார்த்ததுபோல இருந்தது. அப்போது ஐம்பது வயது மதிக்கத்தக்க பெண்மணி சோசியம் பார்க்க அவன் எதிரில் அமர்ந்தாள்.

அவன் 'பழனி ஆண்டவர் பால தண்டாயுத பாணி' என முருகனை வேண்டினான். கிளிக்கூண்டைத் திறந்தான்.

"வாப்பா செல்லமுத்து... தாயிக்கு ஒரு சுபச்சீட்டு எடு."

பூசாரி அவன் நடவடிக்கையை நுட்பமாகக் கவனித்தார். கிளி விரிப்பின் மீது சரிவாய் அடுக்கிவைக்கப்பட்டிருந்த சீட்டுக்கட்டின் பக்கம் வந்து யோசித்தது. சிலதை இழுத்துப்போட்டு ஒன்றைக் கவ்வி நின்றது. அந்தப் பெண்மணி முகத்தில் கவலையுடன் பார்த்துக் கொண்டே இருந்தாள். அவன் சீட்டை வாங்கிக்கொண்டு கிளியை மறுபடியும் கூண்டில் அனுப்பி மூடினான். சீட்டை விரித்து அந்தப் படத்தை அப்பெண்மணியிடம் காண்பித்தான்.

"திரவுபதி துச்சாதனன் சபையில துகிலுரியப்படற படம் வந்திருக்கு. எப்பிடி உன் மனக்கவலை தீரும்? எதுக்கும் பாத்திருவோம்."

அவன் கிட்டத்தில் வைத்திருந்த டேப்ரிக்கார்டரின் பொத்தானை அழுத்தினான். பைக்கின் பெட்டிக்குள் பேட்டரி பொருத்தப்பட்டு அங்கிருந்து ஒயர் மூலம் மின்சாரம் டேப்ரிக்கார்டருக்கு வந்தது.

"கூந்தப்பனை ஓலை... கூந்தப் பனையோலை.
குயில் அணையும் பொன்னோலை...
கூந்தப்பனை சாஞ்சா... கூந்தப்பனை சாஞ்சா
குயில் போயீ... எங்கணையும்..."

பாடல் ஓட ஓட அந்தப் பெண்மணி அழ ஆரம்பித்தாள். பூசாரி நகர்ந்து வெளியே வந்தார். ஆறு மாதத்துக்கு முன்பு வானொலியில் ஒலிபரப்புவதற்காகப் பூசாரி இந்தப் பாடல்களைப் பாடியிருந்தார். கருப்பணசாமிக் கோவிலில் வைத்துதான் ஒலிப்பதிவுகூட நடந்தது. பூசாரிக்குப் பேருந்தில் ஊர் வந்து சேரும்வரை கிளி சோசியக்காரனின் முகம் ஞாபகத்திலேயே இருந்தது. பொழுது சாய்ந்துவிட்டது. வெளித்திண்ணையிலேயே துண்டை விரித்துப்படுத்துக்கொண்டார். பங்குசாவை இன்னும் காணவில்லை. கதவு பூட்டியபடியே இருந்தது. ஏனோ பூசாரிக்கு மனக்கிலேசமாகவே இருந்தது. எதையோ இழந்தது போலவும் இருந்தது. ஏதேதோ யோசித்தபடியே இருந்தார். பங்குசா வந்து வாசற்படியோரம் செருப்பைக் கழற்றியபோதுதான் பார்த்தார்.

"மால நேர என்ன தூக்கம்? எந்திரிச்சு உக்காருங்க."

பங்குசா விளக்குமாடத்திலிருந்து சாவியை எடுத்து வீட்டைத் திறந்தாள். வீடு உள்ளே இருட்டாக இருந்தது. பூசாரி எழுந்து உட்கார்ந்தார். விளக்குகளைப் போட்ட பின்பு பங்குசா பூசாரியிடம் வந்துபேசினாள்.

“போயீ கால்முகம் கழுவிட்டு வாங்க. தின்னீறு உட்டுக்குங்க.''

பூசாரி புரியாமல் பங்குசாவைப் பார்த்தார். வெளிச்சம் மங்கிவந்தது.

“மூனு வாரமா ஒன்னுமே செரியில்லையே. அதுதான் பெரிய மக வந்தா. ரெண்டு பேரும் மூடுபாறை கருப்பணசாமிக் கோவிலுக்குப் போயிருந்தோம். சனிக்கிழமை மத்தியானம் பூசாரி சாமியாடுவார்ல?''

பூசாரி எழுந்து துண்டை உதறி எடுத்துக்கொண்டார். பின்கட்டை நோக்கி நடந்தார். பங்குசா பின்னால வந்தபடியே சொன்னாள்.

“ஏதோ கண் திட்டாப்புத்தானாம். ரெண்டு மாசத்துக்கு நேரமும் செரியில்லையாம். சாமியாட்டமே வேண்டாமுன்னு சொல்றாரு.''

பூசாரி கிணற்றடிக்குப் போனார். வாளியை உள்ளே தூக்கிப் போட்டுத் தண்ணீர் சேந்தினார். கால்முகம் கழுவித் துண்டால் துடைத்துக்கொண்டார். தொளைச்சட்டத்துமீது சேவல் ஏறி உட்கார்ந் திருந்தது. பங்குசா அங்கு வந்து திருநீற்றைப் பூசாரியின் நெற்றியில் பூசினாள். பூசாரி எதுவும் பேசாமல் வெளித்திண்ணைக்கு வந்து மறுபடியும் படுத்தார். கண்களை மூடிக்கொண்டார். ஏனோ தான் எல்லாவகையிலும் தோற்றுவிட்டதைப் போலவே தோன்றியது. கண்கள் திறக்க முடியாமல் அழுத்தின. தூங்கிப்போய்விட்டது ஞாபகத்துக்கு வந்தது. பூசாரி எழுந்துபார்த்தபோது வீதியில் இருள் நிரம்பியிருந்தது. வீதி விளக்குகள் இன்றும் ஏனோ எரியவில்லை. வீடுகள் நிழலுருவங்களாய்ப் புலப்பட்டன. ஊர் அடங்கிவிட்டது. அடுத்த வளவில் நாய்கள் குரைத்தன. திண்ணையிலிருந்து இறங்கி நடந்தார். பாவடிக்கல் வழியாகச் செல்லும் தடத்தில் நடக்கத் தொடங் கினார். வானம் விண்மீன்கள் நிறைந்து காணப்பட்டது. மூன்றாம் பிறை தேய்ந்து வெகுநேரமாகியிருந்தது. களிமண் பரவியிருந்த குட்டையில் இன்னும் மழைநீர் தேங்கியிருந்தது. பக்கத்துக் கொறங்காட்டில் ஆள்காட்டிகள் வீறிட்டதுபோலக் கத்திக்கொண்டிருந்தன. பனைகள் வெறித்து நின்றன. தொறட்டிமரம் சலனமற்றுக் காணப்பட்டது. பூசாரி கல்வாசற்படிக்கு வெளியே போய் நின்றார். கருப்பணரைப் பார்த்தார். சத்தமாகக் கத்தினார்.

“அடேய்... கருப்பணா என்ன கைவிட்டுட்டேயேடா... எம் பொழப்ப நாரடிச்சும் போட்டியேடா... உனி எனக்கு இந்த உசிரு தேவையா? உங்கிட்ட சக்தின்னு ஒன்னு இருக்கறது நெஜமுன்னா... இப்பவே என்னை நாக்கு துருத்த...கண்ணு பிதுங்க...எடுத்துக்கோ... இப்பவே எடுத்துக்கோ.''

பூசாரியால் தாங்கிக்கொள்ள முடியவில்லை. கண்களில் கண்ணீர் பெருகியது. அதே இடத்தில் மண்டியிட்டு அமர்ந்தார். கண்களை மூடி வேண்டினார். விருத்தம் கணீரெனப் பிரவாகமாக வெளிப்பட்டது. புறவெளியின் சத்தம் எதுவுமே கேட்கவில்லை. திடீரெனக் காற்றின் ஓசை ஆழ்ந்த இருளில் சுழன்றது. பூசாரி கண்களைத் திறந்து கருப்பணரைப் பார்த்தார். இருளில் கருப்பணர் அப்படியே நின்றார். காற்று சுழலும் ஓசை மறுபடியும் கேட்டது. பூசாரியால் எத்திக்கு என இனங்காண முடியவில்லை. இப்போது காதுகளுக்குள் வேறு சத்தமே இல்லை. எங்கும் காற்றின் சுழற்சிதான். பூசாரி விருத்தத்தைத் தொடர்ந்தார்.

"சூலகாத்து வடிவந்தாங்கி...
போகுதல்லோ... கருப்பணனல்லோ..."

விருத்தம் முடிந்தது. காற்றின் சுழற்சி அடங்கிற்று. கண்களைத் திறந்தார். முன்னால் மீசை முறுக்கி, கொடுவாள் தூக்கிய ரூபம் நின்றது. எட்டுவைக்கத் தயாராக ஒரு கால் தூக்கப்பட்டிருந்தது. அது பிரம்மையா நிஜமா என அனுமானிக்க முடியவில்லை. பூசாரி தடுமாறினார். நாக்கு குழறியது. பதற்றத்தில் என்ன செய்வது எனத் தெரியவில்லை. சட்டென உயிர்ப் பயம் எழுந்தது. ஒற்றைத் தடத்தை நோக்கி ஓடத் தொடங்கினார். திரும்பிப்பார்க்க முயலவேயில்லை. இருளில் கொறங்காட்டு வெளி படுநிசப்தமாகக் கிடந்தது.

('உயிர்எழுத்து' பிப்ரவரி 2011)

மண்கால் வேட்கை

1

இவனுக்கு மூத்திரம் முட்டி தூக்கம் கலைந்தது. பாயிலிருந்து எழுந்து அமர்ந்தான். தரையெல்லாம் குளிர் பரவியிருந்தது. விடிவதற்கு இன்னும் வெகுநேரம் இருக்கும்போல் பட்டது. தோட்டத்துக்கப்பால் மயில்கள் அகவும் ஓசை கேட்டது. நிதானமாக நடந்து ஆசாரத்துக்கு வந்தான். ஆசாரமெங்கும் மெல்லிய விளக்கொளி படிந்து கிடந்தது. கட்டிலில் படுத்திருந்த அப்பா குறட்டைவிட்டபடி ஆழ்ந்த உறக்கத்தில் இருந்தார். போர்வைக்குள் அவர் நெஞ்சுக்கூடு ஒரே சீராக எழுந்து அமிழ்ந்துகொண்டிருந்தது.

இவன் காலடிச் சப்தம் கண்டு அம்மா புரண்டு படுத்துக்கொண்டே ஏதோ முனகினாள். வெளிநடை தாழ்விலக்கி வாசற்படியோரம் செருப்பைத் தொட்டுக்கொண்டான். கீற்றுப் பந்தலில் தோக்குருவிகள் அலைந்துகொண்டிருந்தன. வாசலுக்குப் போய் நின்றான். சுற்றும் முற்றும் பார்த்தான்.

இருள் விலகவில்லை. பனி இறங்கியிருந்தது. முகிலற்ற ஆகாயம். விண்மீன்கள் நிறைந்து காணப்பட்டன. தென்னந்தோப்புக்கு அப்பால் அகவிக்கொண்டிருந்த மயில்கள் சட்டென அடங்கின. வெட்டுக்கிளிகளும், சில்வண்டுகளும் மௌனமாயின. இவனுக்குத் திடீரென வெளியெங்கும் நிசப்தம் பூண்டதுபோல் தோன்றியது. வாய்க்கால்வரை நடந்தான். எலுமிச்சைமரத்தடியில் உட்கார்ந்து ஒன்னுக்கிருந்தான். புற்களில் சிறுநீர்பட்டதும் உப்புவாசனை மூக்கில் தாக்கிற்று. தென்கிழக்கே அமராவதியில் வெள்ளம் ஓடும் சலசலப்பு ஓசை துல்லியமாகக் கேட்டது. அடிவானில் தேய்பிறை நிலா சிறு கோடுபோல உதயமாகிக்கொண்டிருந்தது. அருகில் வெள்ளி முளைத்திருந்தது.

இவன் எழுந்து திரும்பவும் வாசலுக்கு வந்தான். செருப்புக் கால்களுக் கிடையே தவளை ஒன்று தாவிதாவிக் கடந்தது. குளிர் காற்று வீசிற்று. அப்போது வடக்குத் திசையிலிருந்து பட்டிநாய் குரைக்கும் சப்தம் எழுந்தது. செங்காட்டூர் தடத்திலிருந்து யாரோ பேசியபடி வந்து கொண்டிருந்தார்கள். பீடிக் கங்குகள் தெரிந்தன. இவனுக்கு மனசு கருக்கென்றது. அகால நேரத்தில் ஆட்கள் வந்தால் ஏதாவது இழவு சேதியாக இருக்கும் எனப் பயந்தான். வடக்குத் திசையையே பார்த்தபடி நின்றான். வாழை இலைகளிலிருந்து பனிநீர் திவலை திவலையாக சொட்டிட்டது. நாயின் குரைப்பொலி ஓயவில்லை. வாழை தோப் பினிடையே நிழல் படிந்த ஒற்றைத் தடத்தில் ஆட்கள் ஒன்றன் பின் ஒன்றாக வந்தார்கள். முன்னால் வந்தவனின் கையில் கொம்பு இருந்தது. பின்னால் வந்தவர்களின் தோளில் பலகை தொங்கிற்று. கையில் குச்சியைப் பிடித்திருந்தனர்.

“கும்பிடுறனுங்க சின்னெசமான்....!”

பெரிய தோட்டியின் குரல். எல்லோரும் தலைதாழ்த்தி கையெடுத்து கும்பிட்டார்கள். இவன் புரியாமல் அவர்களையே பார்த்தான். பெரிய தோட்டியே பேசினார்.

“தாழக்கரையில... மாரிக் குடும்பன் போயிட்டானுங்க... கொட்டுக்கு போறோமுங்க”

“எப்போ...?”

“முந்தின நேரத்துலயே போயிருச்சாட்டம் இருக்குதுங்க.... சாமத்துல முருகாயீ புருஷன்தான் ஆள் அனுப்பிச்சுதுங்க...”

இவன் யோசித்தபடி நின்றான். தோட்டிகள் தெற்கே தென்னந் தோப்புக்குள் இறங்கி நடந்தார்கள். மயில்கள் மறுபடியும் அகவியபடி இடம் மாறின. தென்னந்தோகைகள் சலசலத்தன. இவன் பழையபடி தாழிட்டுவிட்டு ஆசாரத்துக்குள் போனான். அம்மா கையூன்றி எழுந்து அமர்ந்தாள். தலைமுடியைக் கொண்டையிட்டபடி கேட்டாள்.

“ஆரு கன்னு அது.. ரவரவன்னு”

“மாரிக்குடும்பன் செத்துட்டானாம்... கொட்டுக்காரங்க போறாங்க...”

“மண்ணுத் தின்னீ... உசிரோட இருந்திருந்தாக்கூட இப்பிடி கொட்டு போட்டு எடுக்கற யோகம் இருக்காது மாரிக்குடும்பனுக்கு...”

அம்மா யோசனையாகவே அமர்ந்திருந்தாள். இவன் உள் அறையில் போய்ப் போர்த்திப் படுத்தான். குளிர் மேலும் அதிகமாயிருந்தது. உறக்கம் தூர விலகிப்போய்விட்டது. வீறிட்ட ஒலிபோல மயில்கள் திரும்ப திரும்ப அகவின. இவனுக்கு மண்ணுத்தின்னி பற்றிய பல்வேறு சித்திரம் மனத்திரையில் தாறுமாறாக தோன்றின. இம்சைப்படுத்தின.

2

அப்பாவுக்குத் தோட்டத்தில் செம்மறியாடுகள் மேய்க்க மட்டும் சரியான ஆட்கள் வாய்ப்பதில்லை. கோவில்பாளையம் மாதாரிவளவிலிருந்து பையன்கள் வந்துகொண்டிருந்தார்கள். எல்லாரும் சொல்லிவைத்ததுபோல நாலைந்து மாதங்களுக்கு மேல் நிலைக்க மாட்டார்கள். சில வேளைகளில் அப்பா முன்பணம் கொடுத்துகூட பையன்களைக் கூட்டி வருவார். அந்தப் பையன்களும் ஒழுங்காக இருக்க மாட்டார்கள். அந்தச் சமயத்தில் ஓர் நாள் வயல் நடவு குறித்து அப்பாவைப் பார்க்க வந்திருந்த பருவக்காரன் சொன்னான்.

"எங்கவூர்ல... மாரிக்குடும்ப பய்யன் சும்மாதான் திரியறான்... வேண்ணா கூட்டிட்டு வரட்டுமா சாமீ... ஒரு புத்தி வந்தா ஒழுங்கா ஆடு மேய்ப்பான்...''

அப்பா வேறு வழியில்லாமல் கூட்டிவரச் சொன்னார். மறுதினம் மூடுபனி கவிந்த விடியற்காலை. பருவக்காரன் மாரிக்குடும்பனையும், பையனையும் அழைத்து வந்துவிட்டான். மாரிக்குடும்பன் காதில் கடுக்கு போட்டு உயரமாக இருந்தான். பையனும் காதில் கடுக்கு போட்டிருந்தான். பித்தளைக் கடுக்கு. நெற்றி சிறிது குறுகல். செம்மட்டையான சுருட்டைமுடி. கொட்டைப் பல். ராஜபற்கள் இரண்டும் உதட்டுக்கு வெளியே துருத்தி நின்றன. இரண்டு பேரும் இளைத்துக் கிடந்தார்கள். பையனுக்கு வயிறு பிதுங்கி தொப்புள் வெளியே தெரிந்தது. பையன் தோற்றத்தைக் கண்டவுடன் அப்பா பையன் ஆடுமேய்க்க லாயக்கில்லாதவன் என முடிவு செய்துவிட்டார். அம்மா மூன்று பேருக்கும் காப்பி வைத்துக்கொண்டு வந்தாள். தேங்காய்த் தொட்டியில் வாங்கி குடித்தனர். பின்பு மூவரும் வெளிநடை வாசற்படியில் அமர்ந்தனர். பருவகாரன் நடைக்குள்ளே எட்டி ஆசாரத்தைப் பார்த்தபடி பேசினான்.

"தவசம் எத்தன வல்லமுன்னு எசமாங்க சொன்னா இப்பவே பய்யனை பட்டியாட்ட நீக்கிவுடச் சொல்லிட்டு போயிருவேன்...''

அப்பா அமைதியாகவே பருவக்காரனையும், பையனையும் மாறி மாறிப் பார்த்தார்.

“பய்யன் எந்த ஆடு மேய்க்கறான்... நரி வந்தா இவன் ஊளையிட்டுருவான் போல இருக்கான்... கூட்டிட்டு போ...''

மாரிக்குடும்பன் சடாரென எழுந்தான். “பய்யன ரெண்டுநாள் வுட்டுட்டு போறேன். ஒழுங்கா மேய்ச்சான்னா வெச்சுக்கங்க சாமி இல்லீன்னா தொறத்திவுட்டுருங்க...''

பின் மாரிக்குடும்பன் பையன்பக்கம் திரும்பினான். “டேய் கவுண்டரு சொன்னபடி கேட்டு நடந்துக்கனும்... இந்த கவுண்டிச்சி நல்லா சோறு போடுவாங்க... வா மாமா போலாம்''

மாரிக்குடும்பன் பருவக்காரனை கூட்டிக்கொண்டு தென்னந் தோப்பினூடே செல்லும் தடத்தில் நடந்து போகத் துவங்கினான். பையன் எழுந்து திண்ணைத் தூணைப் பிடித்துக் கொண்டு முழித்தான். அன்று அப்பா பையனை ஆடு மேய்க்க அனுப்பவில்லை. கட்டுத்தரையில் சாணி அள்ள மட்டும் சொன்னார். அப்பாவுக்குப் பையன் மீது துளியும் நம்பிக்கையேயில்லை. வேற ஆள் பார்க்கவேண்டும் எனக் கூறிக் கொண்டிருந்தார். இரு தினங்கள் போயின. பொழுது மேலேறிக் கொண்டிருந்தது. பையன் சென்று பட்டிக்கிடையில் ஆடுகளைத் திறந்துவிட்டான். அப்பா எதுவும் பேசாமல் பார்த்துக் கொண்டிருந்தார். அம்மா ஆடுகள் கொறங்காட்டு இட்டேரியில் நுழையும் வரை கூடப் போய்விட்டுத் திரும்பி வந்தாள். கொக்குகள் கூட்டமாகத் தென்னமரங்களில் அமர்வதும் பறப்பதுமாக இருந்தன. மதியம் கடந்துவிட்டது. அம்மா இவனை வந்து கூப்பிட்டாள். பதற்றமாக பேசினாள்.

“ஆடு ஓட்டிப்போன பய்யன இன்னுங்காணா... சாப்பாட்டுக்கே வரல... சொக்கு பயித்துக் காலம்... எங்காச்சும் ஆடு முட்டிக்கிட்டு போயி இவ கெடைக்காம தேடிட்டு இருக்கப் போறே... ஏதாவது அபகீர்த்தி நடக்கறதுக்குள்ள சீக்கிரம் பாக்கணும் ஓடு...''

வெயில் தாழ்ந்துகொண்டிருந்தது. இவன் கொறங்காட்டுக்குக் போனான். மழைத் தட்டான்கள் பறந்துகொண்டிருந்தன. ஆடுகள் பொலக்கமாகக் கொள்ளுச் செடிகளுக்குள் மேய்ந்து கொண்டிருந்தன. பையனைத் தேடினான். பையன் வேலாமரத்தின் கிழக்கு படர்ந்த நிழலில் சாவகாசமாக உட்கார்ந்திருந்தான்.

“ஏன்டா சாப்பிட வரல...''

“பசிக்கல...''

இவன் பையனை விநோதமாகப் பார்த்தான். அன்று சாய்ங்காலம் ஆடுகளைப் பட்டியில் அடைத்தபின்னும் பையன் சாப்பிடவில்லை. இரவு தங்க ஊருக்குக் கிளம்பிவிட்டான். மறுநாள் காலையில் பையன் வந்ததும் பட்டிக்கிடைக்குப் போனான்.

அம்மாவுக்கு மனசு கேட்கவில்லை. புழுதிகாட்டில் ஓடி பையனிடம் போனாள்.

“ஏன்டா தாயில்லா புள்ளையின்னு உங்கப்ப விதவித அரிகறியும் பொரிகறியும் ஆக்கி நிமிர்த்திரானா... சொல்லு... இல்ல... எங்கவூட்டு சாப்பாடெல்லாம் புடிக்காதா?''

பையன் சிரித்தான். அன்று மதியமும் பையன் சாப்பாட்டுக்குத் தோட்டம் வரவில்லை. அம்மா விசனப்பட்டாள். இப்படியே அந்த வருடத்தின் வெயில் உக்கிரமாக அடிக்கும் கோடைதினங்கள் எல்லாம் விரைந்து நகர்ந்தன.

3

அன்று விடிகாலையிலிருந்தே காற்று மேற்கேயிருந்து விசைகொண்டு வீசிற்று. கார்மழையற்றுப் போன தோட்டவெளிகளில் புழுதிகள் மேலெழும்பிப் பறந்தன. சூரியன் உதித்து வெகுநேரமாகியிருந்தது. நிலம் சூடு கண்டுவிட்டது. பட்டியில் செம்மறிகள் கத்த ஆரம்பித்தன. கொம்புக் கிடாய் மின்னமார் தரம்பில் தொங்குகால் போட்டு பையனை எதிர்பார்த்து நின்றது. கேவியபடி பட்டியைச் சுற்றி சுற்றி வந்த வெடைக்கோழி முட்டையிட சாலில் இறங்கி அணைந்தது. பையன் வந்தபாடில்லை. அப்பா விசைக்கொருதரம் தெற்கே தென்னந்தோப்பு தடத்தைப் பார்த்தபடி இருந்தார். பொழுது உச்சிக்கு ஏறியது. நம்பிக்கையிழந்த அப்பா இவனை அழைத்தார். தாழக்கரைவரை போய் பையனைப் பார்த்துவிட்டு வரும்படி கூறினார். இவன் சலிப்புடன் கிளம்பினான்.

மின்சாரக்கம்பத்தில் வெளிர்பச்சைநிறக் கத்தாழங்குருவி விசிலடிப்பது போலச் சப்தமிட்டுக் கொண்டிருந்தது. ஊசிப்புல் மேகாட்டினூடே ஒற்றைக்கால் தடம் போயிற்று. வேகவேகமாக நடந்தான். தாழக் கரைபோய்ச் சேர்ந்தபோது வெயில் மேலும் ஏறியிருந்தது. சதுரக்கள்ளி வேலியிட்ட கட்டுத்தரைகளில் வைக்கோல் போர்க் குத்துக் குத்தாக இருந்தன. மாரிக்குடும்பன் வீடு

மந்தைப்பக்கம் பாறை மீது இருந்தது. பனையோலை வேய்ந்த எறப்பு. மண்திண்ணையிலேயே பையன் படுத்திருந்தான். மாரிக்குடும்பன் எருமைகளைக் கட்டுத்தரையிலிருந்து அவிழ்த்துவிட்டுக்கொண்டிருந்தான். நாய் வாலைக் குலைத்தபடி இவனருகில் வந்து முகர்ந்தது. மாரிக்குடும்பன் நாயை விரட்டிவிட்டு கிட்டத்தில் வந்தான். கையில் சாணி ஆகிக் கிடந்தது. வாயிலிருந்து புகையிலை நாற்றம் வீசியது.

"என்ன சாமீ... நீங்க இவ்ளோதூரம் வரணுமா? எருமய ஆத்துக் கால்ல முடுக்கிட்டு நானே இவனக் கூட்டிட்டு தோட்டம் வரலாமுன்னு இருந்தேன்...''

வீதியில் பச்சைப்புல் கட்டைக் சுமந்து வந்த பெண் ஒருத்தி இவனையே பார்த்துக்கொண்டு கடந்தாள். இவன் திண்ணைப் பக்கம் திரும்பினான். பையன் குப்புறப்படுத்து வலியில் அரற்றிக்கொண்டிருந்தான்.

"அது ஒன்னுமில்லீங்க சாமீ... அவனுக்கு அப்பப்ப இப்பிடி ஆகும்... மண்ணத் தின்னு போடுவான்...''

இவனுக்கு அதிர்ச்சியாக இருந்தது. மாரிக்குடும்பனைப் புரியாமல் பார்த்தான்.

"ஆமா சாமீ... இவனுக்கு அஞ்சு வருஷத்துல இருந்து மண்ணுதான் சாப்பாடு... மூனு வேளையும் மண்ணத் தின்னுக்கிட்டே இருப்பான்... எப்பவாவதுதான் பசிக்குதுன்னு சோறு கேப்பான் அதுகூட சாங்கீதத்துக்குதான்...''

எருமைகள் வீதியில் இறங்கி வரிசையாகப் போயின. முன்னத்தாங்கால் கொம்போடு தலைஞ்ச கிடாரி கத்தியபடி எல்லாவற்றையும் விலகி ஓடிற்று. எருமைகளை நோட்டமிட்டுவிட்டு இவன்பக்கம் திரும்பிய மாரிக்குடும்பன் குறுஞ்சிரிப்புடன் கேட்டான்.

"இவனுக்கு வயசு என்ன இருக்கும் சொல்லுங்க பாக்கலாம்...?''

"பத்து...''

மாரிக்குடும்பன் கடகடவென்று சிரித்தான். கட்டுப்பற்களிடையே எச்சில் தறித்தது.

"மார்கழி வந்தா இருவது முடியுது. உங்களால நம்ப முடியுதா சாமீ... மண்ணு தின்னு தின்னு வளரவேயில்லை கொடல் குந்தாமணியெல்லாம் மண்ணு அரிச்சு போடுச்சு... இவ நடமாடறதே அந்த கோட்டமாரியாத்தா கிருபதான்...''

ஊருக்குள் எங்கோ எருமைக்கன்று கத்திற்று. வானத்தில் முகில் சூழ்ந்து பொழுதை இருள்கட்டி மீண்டது. மாரிக்குடும்பன் மண்திண்ணைப் பக்கம் போனான். குனிந்து பையனிடம் கேட்டான்.

“ஏன்டா சின்ன சாமீகோட போறியா... இல்ல சிஞ்சர் குடுச்சுட்டு படுத்திருந்துட்டு நாளைக்கு வெள்ளனே போறீயா?''

மௌனமாகச் சிலகணங்கள் கழிந்தன. பையன் பதில் பேசாமல் எழுந்து உட்கார்ந்தான். திடீரென வீதியில் இறங்கி ஓடினான். சிறிதுதூரம் முன் சென்று திரும்பிப் பார்த்தான். பிற்பகலில் கூரைநிழல் சுருங்கியிருந்தது. வெயில் அதிகமானபடியிருந்தது. மாரிக்குடும்பனிடம் சொல்லிக்கொண்டு இவனும் கிளம்பினான். பையன் தடத்தில் ஒழுங்காக நடக்கவில்லை. ஊசிப்புற்களுக்கிடையே பதுங்கியிருந்த காடைக்குருவிகளை எழுப்பிவிட்டபடி வந்தான். பொழுது மேற்கே அடிசாயத் துவங்கிற்று. இவனுக்கு பசி எடுத்தது. கோபமும் வந்தது. பையனைக் கூப்பிட்டுப் பார்த்தான். பையன் மேகாட்டுக்குள் எட்டப் போய் நின்று பழிப்பு காட்டினான். இவன் உழிஞ்ஞை விளாரை ஒடித்தான். சப்தமிட்டான்.

“தடத்துக்கு வர்றியா வல்லியாடா? கையில கெடச்சே உரிச்சு உப்புக்கண்டம் போட்டுருவேன்...''

பையன் சிரித்துக்கொண்டே மேலும் காட்டுக்குள் எட்டப் போக முயன்றான். இவன் வெறுத்துப்போய்க் கத்தினான்.

“அடேய்... மண்ணுத் தின்னீ... போனே கொன்னுடுவே...''

பையன் அப்படியே நின்று திரும்பிப் பார்த்தான். குடைச்சீத்தைக்குள் செம்பூத்து தனிமையில் கத்தித் தவித்தது. சூரைக்காற்றுக்கு ஊசிப்புற்கள் அசைந்து நெளிந்தன. பையன் தடத்திற்கு வந்தான்.

“எம்பேரு... சுப்பிரமணி... உனி இப்பிடிக் கூப்பிட்டீங்கன்னா நல்லா இருக்காதாமா...?''

“போடா... மண்ணுத் தின்னீ...''

பையன் முறைத்தான். இவனுக்கு முன்னால் தோட்டத்தை நோக்கி நடந்தான். மேற்கே முகிலினூடே சிக்கிய பொழுதின் ஒளி செம்பாரலாய்ச் சிதறியிருந்தது.

4

விடிந்தால் 'கவுண்டப்பாரு பொங்கல்' புற்றுக் கண்ணுக்கு சேவல் அறுத்துப் படையல் வைத்து 'அடசல்' போடும் சடங்கு. அன்று வெயில் தாழ்ந்த சாய்ங்காலத்தில் காற்று ஒடுங்கியிருந்தது. அம்மா வெளித்திண்ணையில் அமர்ந்து, அரிவாள்மனையில் கோழிக்கறிக்கு வெங்காயம் அரிந்துகொண்டிருந்தாள். திடீரென இவனைச் சப்தமிட்டாள். இவன் ஆசாரத்திலிருந்து வெளிநடை தாண்டித் திண்ணைப்பக்கம் போனான். அம்மா கிழக்கே கை காட்டினாள். இவன் தென்னந்தோப்புக்கு அப்பால் பார்த்தான். ராகி குண்டலில் செம்மறிகள் கூட்டமாகப் பூட்டை பொறுக்கிக்கொண்டிருந்தன. இவன் வாய்க்காலில் இறங்கி ஓடினான். கருது மினுங்கிய ராகித்தாள்கள் மிதிபட்டு அலங்கோலமாகக் கிடந்தன. கொம்புக்கிடாய் மீது சவ்வாரி செய்த கரிக்குருவி பறந்து போயிற்று. இவன் கஷ்டப்பட்டு செம்மறிகளை ஒன்று சேர்த்தான். உத்தியில் ஓட்டிவந்து பட்டியில் அடைத்தான். ஆடுகளுக்கு வயிறு பொருமியிருந்தது. அப்போதும் மண்ணுத்தின்னீ வந்து சேரவில்லை.

இவன் சிறிதுநேரம் பட்டிப்பக்கமே காத்திருந்தான். மண்ணுத்தின்னீ தோட்டப்பகுதி எங்கும் தென்படவில்லை. வெறுப்புற்றவனாகக் கொறங்காட்டுக்குக் கிளம்பினான். தென்வடலான இட்டேரி வெறிச் சென்றிருந்தது. வழியெல்லாம் மண்ணுத்தின்னீயை இவன் கண்கள் துழாவியபடியே இருந்தன. அந்தியின் மஞ்சள் வெயில் கிளுவை வேலியின் முட்களில் கிழிபட்டுப் பொத்தலாய் வெளிப்பட்டது. ஓரிடத்தில் பெண்மயில்கள் கூட்டமாகக் குறுக்கே கடந்து ஓடின. மண்ணுத்தின்னீ தடத்து மேலேயே விழுந்து கிடந்தான். இவன் பதற்றமாக நெருங்கினான். புரட்டிப் பார்த்தான். மூச்சு இருந்தது. பெரிதான அசைவில்லை. கண் விழிக்கவில்லை.

இவன் பயந்து போனான். சுற்றும் முற்றும் பார்த்தான் யாரும் தட்டுப்படவில்லை. விழும் நிலையில் பிடிப்புக்கொண்டிருந்த பனைமட்டைகள் எழுப்பும் ஓசை மட்டும் தனித்து கேட்டது. இவன் திரும்பி தோட்டத்தை நோக்கி ஓட ஆரம்பித்தான். பொழுது இறங்கிவிட்டது. வெளிச்சம் மங்கி வந்தது. செருப்புக்காலில் புழுதி எழும்பிற்று. இவன் இட்டேரியைக் கடந்துவிட்டான். தோட்டத்தின்

தென்னைமர உச்சி மட்டுமே கண்ணுக்குத் தெரிந்தது. மேலும் வேகம்கூட்டி ஓடினான்.

ஊர்ப்பாதை பிரியுமிடத்தில் யாரோ இவனைக் கூப்பிடுவது போல இருந்தது. நின்றான். இளப்பெடுத்தது. இடைக்கயிற்றையும், ஏணியையும் சுமந்து இடுப்புப் பெட்டி குலுங்க அழகிரிமூப்பன் ஊர்ப்பாதையிலிருந்து வந்தான். இவனது பதற்றத்தையும் அவசரத்தையும் உணர்ந்து அழகிரிமூப்பன் புரியாமல் இவனை நோக்கினான். இவன் நடுங்கும் குரலில் மண்ணுத்தின்னீயைப் பற்றி கூறினான். உடனே அழகிரிமூப்பன் இடுப்புப் பெட்டியில் பாளைக்கத்திகள் உராய்ந்து சப்தமிட இட்டேரியில் ஓடத் துவங்கினான். இவன் பின்தொடர்ந்தான்.

லேசான இருட்டு கண்டுவிட்டது. இவன் புரட்டிப் போட்ட நிலையிலேயே மண்ணுத்தின்னீ கிடந்தான். அழகிரிமூப்பன் அந்திக்கள் இறக்கும் சுரப்புரடையில் கொஞ்சம் தெழுவு வைத்திருந்தான். தெளுவை ஒரு கையில் அள்ளினான். மண்ணுத்தின்னீயின் வாயைப் பிளந்து நாக்கில் விட்டான். கடைவாயில் ஒழுகியது போக கொஞ்சம் உள்ளே இறங்கிற்று. மண்ணுத்தின்னீயிடம் எவ்வித மாற்றமும் இல்லை. அழகிரிமூப்பன் மண்ணுத்தின்னீயையே பார்த்தபடி நின்று சற்று யோசித்தான். அருகில் பட்டுப்போன கருவேலா மரத்தில் அமர்ந்து ஆந்தைகள் குடுகின.

அழகிரிமூப்பன் இடைக்கயிற்றைக் கழற்றினான். ஏணியோடு சேர்த்துக் கிளுவை வேலியில் சார்த்தினான். குனிந்து மண்ணுத்தின்னீயை அலாக்காகத் தூக்கித் தோளில் கிடத்தினான். தோட்டத்தைப் பார்த்து நடக்க ஆரம்பித்தான். காலடியில் இருளின் அடர்த்தி மேன்மேலும் கூடியது. வானில் நட்சத்திரங்கள் தெரியத் தொடங்கின. சவ்வாரி வண்டிச் சாய்ப்பில் கொண்டுபோய், வைக்கோல் இறைந்த தரையில் மண்ணுத்தின்னீயைப் படுக்க வைத்தான். அம்மா அரிக்கேனை எடுத்து வந்தாள். நிழல் ஊசலாடியது. மண்ணுத்தின்னீக்குப் பெருமூச்சு விட்டுவிட்டு வெளிப்பட்டது. வயிறு அளவுக்கதிகமாகப் புடைத்திருந்தது. அவன் ஏதோ பேசமுயன்றான். நாக்கு குழறிற்று. பின்பு தொடர்ந்து அணர்த்தினான். அப்பாவின் முகத்திலும் குழப்பமும் கவலையும் தென்பட்டன. தாழக்கரைக்கு ஆள் அனுப்பினார். சாமத்தில் மாரிக்குடும்பனும், பருவக்காரனும் வந்து பேசினார்கள். அப்பா வெளித்திண்ணையில் உட்கார்ந்து யோசித்தபடியே இருந்தார். நல்ல குளிர் இருந்தது. அம்மா அடிக்கடி எழுந்துபோய் மண்ணுத்தின்னீயைப்

பார்த்துவிட்டு வந்தாள். இவனிடம் விடியும்வரையேகூட தாங்காது என்றாள். நேரம் போயிற்று. கவுண்டப்பாருக்கு அறுக்கும் சேவல் கூவிற்று. அதுவரை தூங்காது இருந்த சடைவு எல்லோர் முகத்திலும் இருந்தது. பருவக்காரன் எழுந்து கும்பிட்டான்.

"சாமீ... எங்க ஊருக்குள்ள போயீ... ஆட்கள கூட்டிட்டு வாரேனுங்க... ஆகற காரியத்த பாக்கலாமுங்க..."

அப்பா ஆகட்டும் எனத் தலையசைத்தார். பருவக்காரன் இருளில் இறங்கி நடந்து மறைந்து போனான். மாரிக்குடும்பன் அம்மாவிடம் சொன்னான்.

"தாயில்லா புள்ள ஆத்தா... இவன ஊட்டுக்குக் கூட்டிட்டு போனா... ஆரு பாத்துப்பாங்க. இவன நாம் பாத்துட்டு கெடந்தா எம் வயித்துப்பாடு எப்படி போகும்... ஏதோ இவன் இங்கிருக்கங்காட்டிதான் இத்தன நாளாவது உசிரோட இருந்தான்..."

அம்மாவுக்கு அழுகை வந்துவிட்டது. காற்று தென்னை மட்டைகளைச் சுழற்றிப் பேரிரைச்சல் ஏற்படுத்தியது. கிழக்கு வானில் செவ்வொளி படர்ந்தது. பருவகாரனும் இரண்டு பேரும் கயிற்றுக் கட்டிலோடு சவ்வாரி வண்டிச் சாய்ப்பின் முன்பு வந்து நின்றார்கள். வெளித்திண்ணையிலிருந்து இவன் மட்டும் இறங்கிப் போனான். மாரிக்குடும்பனும் எழுந்து வந்தான். மயில்கள் அகவின. சவ்வாரி வண்டிச் சாய்ப்புக்குள் போனபோது அரிக்கேன் விளக்கு வெளிச்சத்தில் மண்ணுத்தின்னீ எழுந்து உட்கார்ந்திருந்தான். அவன் நிழல் படலின் மீது பிரமாண்டமாய்ப் படிந்திருந்தது. இவன்தான் முதலில் கிட்டத்தில் சென்றான். மண்ணுத்தின்னீ கண்கள் வெறிக்க இவனை ஒருமுறை பார்த்தான். ஏதோசொல்ல வாயைத் திறந்தான். வார்த்தை முடிவுறாமல் நாக்கு வெளியே நீட்டியபடியே நின்றது. அப்படியே தரையில் சரிந்து விழுந்தான்.

5

சிட்டுக்குருவிகளின் கிறீச்சொலியைக் கேட்டு இவன் கண் திறந்தான். சன்னலுக்கு வெளியே மழை சின்ன சின்ன தூறலாய் விழத் தொடங்கியிருந்தன. அடைமழைக் காலம் ஆரம்பமாகி ஒருவாரத்துக்கு மேலாகிற்று. நேற்று சாய்ங்காலத்திலிருந்துதான் மழையும் இறங்கியிருந்தது. இவன் புரண்டுபடுத்தான். விடியல் வெளிச்சத்தில் வெளிநடைப்பக்கம் அம்மா யாரோடவோ பேசுவது

கேட்டது. இவன் எழுந்து போனான். வாசற்படி மீது மண்ணுத்தின்னீ அமர்ந்து உள்ளே பார்த்துக்கொண்டிருந்தான். ஆள் மாறாமலே இருந்தான். குரல்கூட பழைய சாயலிலேயே இருந்தது. அவன் பிழைத்து வந்திருப்பதைக்கண்டு இவனால் நம்பவேமுடியவில்லை. மண்ணுத்தின்னீ சிரித்தான். இவனுக்கும் சிரிப்பு வந்தது.

திடீரென மழை வெறித்துப் பெய்தது. வாசலில் கூரைநீர் விழும் சப்தம் கேட்டது. அன்று நடுப்பகல் வரை மண்ணுத்தின்னீ எங்கும் நகராமல் அம்மாவோடு நிறையப் பேசிக்கொண்டிருந்தான். அம்மாவும் கால்நீட்டி உட்கார்ந்து ராகி கல்லில் சோளம் நெரித்தபடி ஆர்வமாக க்கேட்டுக் கொண்டிருந்தாள். இப்போது ஆடுமேய்க்க முருகாயீ வந்துவிட்டாள். பருவக்காரனின் மூத்த பெண். நெடுநெடுவென வளர்ந்தவள். தழுக்தழுக்கென்று நிலம் அதிர நடக்கக் கூடியவள். எல்லோரையும், அதட்டி மிரட்டும் சுபாவமும் கொண்டவள். அம்மாவையே எதிர்த்துப் பேசும் தைரியம் அவளுக்கு இருந்தது. சிலநேரங்களில் முருகாயீயைக் கண்டு இவனே பயப்படுவான். மண்ணுத்தின்னீயின் உடல்நிலை மோசமடைந்ததும் ஆடுமேய்க்க ஆளில்லாமல் போய்விட்டது. அப்பா பருவக்காரனிடம் கெஞ்சிக் கேட்டுக்கொண்டார். நீண்ட யோசனைக்குப் பின்பே பருவக்காரன் முருகாயீயை ஆடுமேய்க்க அனுப்பிவைத்தான். இப்போது மண்ணுத்தின்னீ வந்துவிட்டதால் அவளை உடனே பண்ணையத்தி லிருந்து நிறுத்த முடியாது. மண்ணுத்தின்னீக்கும் வேறு போக்கிடம் இருப்பதுமாதிரி தெரியவில்லை.

மழை ஓய்ந்தபாடில்லை. இரவும் நீடித்தது. மண்ணுத்தின்னீ சவ்வாரி வண்டியில் ஏறிப் படுத்துக்கொண்டான். அப்பா மறுபடியும் அவனைப் பண்ணையத்தில் வைக்கத் தயங்கினார். விடிந்ததும் அவனைத் தாழக்கரைக்கே அனுப்பிவைக்க முடிவு செய்திருந்தார். இவனுக்கு மட்டும் மண்ணுத்தின்னீ மேல் சிறிது இரக்கம் இருந்தது.

மறுதினம் விடியற்காலையிலேயே மழை சற்றுத் தணிந்திருந்தது. அடிவானில் கருக்கல்கள் கூட விலகியிருந்தன. சூரியன் உதித்து மேலேறியது. ஒளியில் ஈசல்கள் மிதந்தன. சவ்வாரி வண்டியில் மண்ணுத்தின்னீயைக் காணவில்லை. இவனும் அம்மாவும் தேடினார்கள். கட்டுத்தரையில் எருமைகளையும் காணவில்லை. இவன் மட்டும் ஈரநிலத்தில் பதிந்த எருமைகளின் கால்குளம்புத் தடத்தைப் பிடித்து நடந்தான். தென்னந்தோப்புக்கு அப்பால் போய் முடிந்தது. சோளக்குட்டையில் அருகம்புல் வரப்பில் காலடிமண்

உதிர எருமைகள் போயிருந்தன. எட்டத்தில் மண்ணுத்தின்னீதான் மேய்த்துக்கொண்டிருந்தான். இவன் பார்த்துவிட்டு எதுவும் பேசாமல் திரும்பிவந்துவிட்டான். அப்பாவும் ஒன்றும் சொல்லவில்லை.

ஒருமாதம் போயிருந்தது. பகல்வேளை. மண்ணுத்தின்னீ எருமைகளை மேய்த்து ஓட்டிவந்தான். கட்டுத்தரைப் பூவரசுமர நிழலில் கட்டினான். வண்டிச்சாய்ப்பிலிருந்து ஈயவட்டிலை எடுத்துக்கொண்டு திண்ணைக்கு வந்தான். நடைக்குள்ளே எட்டிக் குரல் கொடுத்தான்.

"பசிக்குது ஆத்தா?''

அம்மாவுக்கும் இவனுக்கும் அதிசயமாக இருந்தது. அம்மா அவசரமாகக் குழம்பு சாதத்தைப் பிசைந்து எடுத்துவந்தாள். சாப்பாட்டைத் தட்டில் போடும்போது வேண்டுமென்றே அவனைச் சீண்டினாள்.

"ஏன்டா மண்ணுத்தின்னீ... உஞ்சோட்டு பய்யனெல்லாம் கலியாணம் பண்ணிக்கறாங்க... நீ பண்ணிக்கலையாடா?''

"பண்ணோனும் ஆத்தா?''

இவனும் அம்மாவும் ஆச்சரியமடைந்தனர்.

"பொண்ணு பாக்கலாமாடா?''

"நானே பாத்துட்டேனாத்தா?!''

"ஆருடா அது? எங்களுக்குத் தெரியாம?''

"நம்ம முருகாயீ ஆத்தா''

மண்ணுத்தின்னீ சிரித்தபடி நகர்ந்தான். அம்மாவுக்கும் இவனுக்கும் சிரிப்பு அடங்க வெகுநேரம் பிடித்தது. பின் அம்மா சட்டெனச் சிரிப்பை நிறுத்தி இவனிடம் குசுகுசுவெனச் சொன்னாள்.

"பாவம் இவன்... கடவுள் ஒவ்வொரு மனுஷனுக்குள்ளும் ஒரு ஆசைய வெச்சு வெளையாடறான். சாவப்போற நேரத்துல இவனுக்கு இந்த ஆச எதுக்கு வந்துதுன்னே தெரியலையே.?''

அதன்பின்பு அம்மா மண்ணுத்தின்னீயைத் திட்டுவதையே நிறுத்திக்கொண்டாள். அவனுக்கு வேலைகூட எதுவும் சொல்வதில்லை. மேலும் சிலதினங்கள் கடந்தன. அன்று அந்திப் பொழுதாகிவிட்டது. கருமுகில் படலங்கள் ஆகாயத்தை முழுவதும் மூடியிருந்தன. மின்னல்கள் ஒளிவீசி மறைந்து சென்றன. எந்த நிமிஷமும் மழை வரும்போல் இருந்தது. செம்மறிகள் இன்னும் தோட்டம் திரும்பவில்லை.

இவன் ஆடுகளைப் பார்த்துவரக் குடையை எடுத்துக்கொண்டு புறப்பட்டான். கூடவே மண்ணுத்தின்னீயும் சாக்குப்பையில் 'கொங்காடை' செய்துகொண்டு புறப்பட்டுவிட்டான். இட்டேரியில் மேய்ச்சலுக்குப் போன மற்றவர்களின் பண்டம்பாடிகள் திரும்பிவிட்ட வெறுமையிருந்தது. கடவடியிலேயே செம்மறிகள் படலை நீக்கக் காத்திருந்தன. மாறிமாறி கத்தின. முருகாயீயின் மழைக்காகிதக் 'கொங்காடை' தண்ணீர்த் தாழியோரம் கிடந்தது. மண்ணுத்தின்னீ நாற்புறமும் பார்த்துக்கொண்டே காடெங்கும் உத்திகளில் நடந்து நடந்து சப்தமிட்டான்.

"முருகாயீ... முருகாயீ...''

கொழுக்கற்றையும், செப்புநெருஞ்சியும் அடர்ந்து புதைபோலக் காணப்பட்டன. இவனும் தேடினான். ஈரக்காற்று இலைதழையுடன் வீசிற்று. மின்னல் கண்ணைப் பறிப்பதுபோல வெட்டியது. அடர்ந்த கருக்கலால் வெளிச்சமும் குறைந்துவிட்டது. காட்டுக்குள் எங்கும் முருகாயீயைக் காணவில்லை. மண்ணுத்தின்னீ உரக்க ஓலமிட்டு அவள் பெயரைத் தொடர்ந்து கத்தினான். பின் கடவடிக்கு வந்து குத்தவைத்து உட்கார்ந்து கேவிகேவி அழுதான். அவள் காணாமல் போனது இவனுக்கும் புதிராக இருந்தது. படலை நீக்கிவிட்டான். செம்மறிகள் மந்தையாக இட்டேரியில் வேகமெடுத்தன. இரண்டு ஆள்காட்டிகள் நிலைகொள்ளாமல் பறந்தன. மழை பொட்டு பொட்டாக இறங்கியது.

அன்றிரவு நடுநிசிக்குப் பின் பருவகாரன் வந்து அப்பாவை எழுப்பினான். ஊருக்குள் பால்ராசையும் சேர்த்துக் காணவில்லை என்றான். பால்ராசு சில வருடங்களுக்கு முன் இவனது பண்ணையத்தில் ஆடு மேய்த்த பையன். இப்போது வாலிபத்தில் முருகாயீயைக் கவர்ந்து ஓடிவிட்டான். மழை வெட்டாப்பு விடாமலே இரண்டு தினங்கள் கடந்தன. முன்னிரவில் இவனும் அப்பாவும் கட்டுத்தரைக்குப் போனார்கள். சினைமாடு கன்று ஈன ஈத்தெடுத்துவிட்டது. தண்ணீர்க்குடம் தொங்க முளைக்குச்சியைச் சுற்றி சுற்றி வந்தது. மண்ணுத்தின்னீ கன்றைத் தாங்கிப்பிடிக்கச் சாக்கு பையுடன் தயாராக இருந்தான். அரிக்கேனைத் தூக்கிப் பிடித்திருந்த அம்மாவின் விழிகளில் தேங்கிய கண்ணீர்த்துளி சுடர்விட்டது. மாடு கன்று போடும்போது எல்லாம் அம்மா அழுதுவிடுவாள். இதற்காக அம்மாவை அப்பா வீட்டுக்குப் போகும்படி திட்டிக்கொண்டிருந்தார். சற்றுத்தள்ளி படுத்திருந்த எருமைகள் நெடுமூச்செறிந்து இளைப்பாறும் ஓசையைத் தவிர எங்கும் நிசப்தம். அப்போது வாசலில் நின்ற நாய்

குரைத்தபடி வடக்கே வாழைத்தோப்பினூடே ஓடிற்று. தூரமாக இருளில் சப்தமும் அசைவும் தென்பட்டன. மண்ணுத்தின்னீ நாயை அதட்டி அழைத்தான். முருகாயீயும், பால்ராசும் வாசலுக்கு வந்தனர். அப்பாவும் வெளிச்சத்துக்கு போனார். இருவரும் நெடுஞ்சாண் கிடையாக அப்பாவின் காலில் விழுந்து அழுதனர். உடனே அப்பா பருவகாரனை வரச்சொல்லி சமாதானப்படுத்தினார். இதனை எல்லாம் மண்ணுத்தின்னீ கட்டுத்தரையில் நின்றபடி அமைதியாகப் பார்த்துக் கொண்டு இருந்தான். மாடு காளைக்கன்று போட்டபோதுகூட அவனிடம் சந்தோஷமில்லை.

இந்தச்சம்பவத்துக்குப் பின்னான நாட்களில் மண்ணுத்தின்னீ யாரோடவும் எதுவும் பேசவில்லை. பிதிர்கெட்டதுமாதிரி நிச்சலனமாக எதையாவது ஒன்றை வெறித்துப்பார்த்தபடி இருந்தான். அவன் தின்ற மண்கூட எதுக்களித்து வந்தது. தண்ணீர் குடிக்கக்கூட முடியவில்லை. வயிற்று வலி அதிகமாயிற்று. அடிக்கடி குப்புறப்படுத்து துடி துடித்தான். அவன் உடல்நிலை எல்லோருக்கும் சற்றே பயம் தரும் விசயமாக இருந்தது. அப்பா இந்தமுறை அவன் பிழைக்கமாட்டான் எனச் சொன்னார். அம்மாவும் அவன் முகம் சவத்தின் முகம்போலவே இறுகிவிட்டதாகச் சொன்னாள். ஒருவாரமாகியும் அவனிடம் எவ்வித முன்னேற்றமும் இல்லை. தலைமயிரெல்லாம் கூட உதிரத் துவங்கிற்று. உடல் மேலும் நலிந்து உருக்குலைந்தது. கருக்கலில் கட்டுத்தரைக்கு, வாசல்தெளிக்க சாணி அள்ளப் போன அம்மா அங்குப் பூவரசமரத்தடியில் மண்ணுத்தின்னீ மயங்கி சரிந்து கிடப்பதைக் கண்டு சப்தமிட்டாள். இவன் ஓடிப்போய் அவனை அசைத்துப் பார்த்தான். உடம்பில் சூடும் இதயத்துடிப்பும் இருந்தன. கூப்பிட்டபோது பேச்சில்லை. அப்பா தண்ணீர் தெளித்தார். அவனுக்கு மூர்ச்சை தெளிய வெகுநேரம் ஆயிற்று.

மழை விலகியிருந்ததால் உச்சிப்பொழுது அனலோடியது. அப்பா சவ்வாரி வண்டியைப் பூட்டினார். இவன் மண்ணுத்தின்னீயைக் கைத்தாங்கலாகப் பிடித்து வண்டியில் ஏற்றி உட்கார வைத்தான். இவனும் ஏறி உட்கார்ந்தான். அம்மாவுக்குக் கண்கள் தளும்பின.

“முருகாயீ முண்ட மட்டும் ஓடிப்போகாம இருந்திருந்தாள்ன்னா இன்னும் கொஞ்ச நாளைக்கு இவ உசிரோட இருந்திருப்பான்... என்ன செய்ய எல்லாம் தலையில எழுதியபடிதானே நடக்குது...''

அம்மாவின் சொற்களில் கழிவிரக்கமும் வேதனையும் மிகுந்திருந்தன. வண்டி கிளம்பிற்று. அப்பா தார்க்கம்புச் சாட்டையால்

இடவனை அடித்து முடுக்கினார். எருதுகளின் முதுகின்மேல் வெயில் ஊடுருவி நகர்ந்தது. தாழக்கரை சேரும்வரை மண்ணுத்தின்னீ எதுவும் பேசாமலே வந்தான். மாரிக்குடும்பன் வீட்டின்முன் மண்திண்ணையிலேயே குத்துக்காலிட்டு உட்கார்ந்திருந்தான். இவனும் அப்பாவும் மண்ணுத்தின்னீயை வண்டியிலிருந்து இறக்கி, அதே மண்திண்ணையில் அமர்த்திவிட்டுத் திரும்பிவிட்டனர்.

6

மூன்று வருடங்கள் ஓடிவிட்டன. மீண்டும் ஒரு மழைக்காலத்தில் இவன் மண்ணுத்தின்னீயை யதேச்சையாகச் சந்தித்தான். வாதநாராயண மரத்தடியில் சைக்கிளை நிறுத்திப் பூட்டினான். சாப்பாட்டு கேரியரை எடுத்துக்கொண்டான். மழை ஒன்றிரண்டு துளிகள் மட்டும் விழுந்து கொண்டிருந்தன. காற்று சிலுசிலுவென்று வீசிற்று. முகம் சோர்ந்து, பார்வையில் துக்கம் நிறைந்த சனங்கள் உள்ளே நுழைவதும், வெளியே செல்வதுமாக இருந்தனர். சித்தப்பாவுக்குக் காசநோய் தாக்கி முற்றிவிட்டது. உடல்நிலை மிகவும் மோசமான கட்டத்தை அடைந்திருந்தது. தனியார் மருத்துவமனைகள் கைவிரித்துவிட்டன. இங்கு பெரியாஸ்பத்திரியில் இறுதிநாட்களைக் கழித்தபடி தங்கியிருந்தார். இவன்தான் இருவேளையும் சாப்பாடுகொண்டுபோய் கொடுத்துப் பார்த்துவிட்டு வந்து கொண்டிருந்தான்.

சித்தப்பாவைத் தங்க வைத்திருந்த அறை சிறியது. இருண்டது. தரையும், படுக்கையும் அழுக்கடைந்து கிடந்தன. சித்தப்பா இறுமிக் கொண்டே சாப்பிட்டு முடித்தார். வெளியே மழை தூறிக்கொண்டிருந்தது. இவன் சாப்பாட்டு கேரியரை எடுத்துக்கொண்டு எழுந்தான். சித்தப்பா இவன் கையைப்பற்றினார். ஒரு கட்டு பீடி வாங்கிக்கொடுத்துவிட்டு போகும்படி கெஞ்சினார். வியாதியின் கனம் தெரியாமலே இருக்கும் அவர் நிலைகண்டு இவன் கோபப்பட்டான். அவரை நெருங்கும் மரணம் அச்சுறுத்தியது. இவன் அந்தக் கோபத்தினூடே யோசித்தபடி வராண்டாவில் நடந்துவந்துகொண்டிருந்தான். தரை மழையின் சாரல் தறித்து ஈரமாகிக் கிடந்தது. டெட்டால் வாசனை சுழன்றது. நர்ஸ்கள் குறுக்கும் நெடுக்கும் நடந்துகொண்டே இருந்தனர். வியாதியஸ்தர்களை இருபக்கமும் தாங்கிப்பிடித்து உறவினர்கள் கூட்டிப்போகும் காட்சிகள் ஆங்காங்கே தென்பட்டன. இவன் செருப்புக்கால் வழுக்காமல் இருக்க பார்த்து பார்த்து நடந்தான். திடீரெனக் காற்றோடு சேர்ந்து மழை வலுத்தது. அந்தச் சமயத்தில் இவனைப் பின்னால் இருந்து

யாரோ கூப்பிடுவதுபோல உணர்ந்தான். நின்று திரும்பி பார்வையால் துழாவினான். மறுபடியும் பரிச்சியமான குரல் கேட்டது.

மண்ணுத்தின்னீதான் ஓர் அறைக்குள்ளிலிருந்து இவனை அழைத்துக்கொண்டிருந்தான். இவன் ஜன்னலோரம் நெருங்கி உள்ளே எட்டிப் பார்த்தான். அவன் அழுக்கடைந்த ஓர் பச்சைவிரிப்பின்மீது எழுந்து உட்கார்ந்திருந்தான். புருவம் முதற்கொண்டு உடம்பில் எல்லா முடிகளும் உதிர்ந்துவிட்டன. கன்னங்கள் உள்ளமிழ்ந்து போய்விட்டன. கை, கால்கள் சூம்பி வற்றிவிட்டன. ஆளின் ரூபமே சீர்குலைந்துவிட்டது. பொங்கு பொசித்த கோழி மாதிரி கிடந்தான்.

இவன் மண்ணுத்தின்னீயை எதிர்பார்க்கவில்லை. தன்னியல்பு மீண்டுவர சில கணங்கள் ஆயின. அவன் அப்பா, அம்மாவைப் பற்றியெல்லாம் விசாரித்தான். குரல் மட்டும் பழைய தொனியில் மாறாமலிருந்தது.

“ரெண்டு வருஷமா இங்கதா கெடக்கறேனுங்க... செவ்வாக்கெழம சந்தநாளு மட்டும் அப்பன் வந்து பார்க்கும்...'' அவன் பேசுவதற்கும், மூச்சுவிடுவதற்கும் பெரும்சிரமப்பட்டான். இருவருக்குமிடையே நெடிய மௌனம் கடந்தது.

“என்னய... இங்கிருந்து எப்படியாச்சும் ஊருக்குக் கூட்டிட்டு போயிருங்க சின்னக்கவுண்டரு... என்னய ஒன்னும் பண்ணாது... நா... பொழச்சுக்குவேன்... எப்பவும்போல ஒங்களுக்கு ஆடு மேய்ச்சு தருவேன்..''

அவனுக்குப் பேச பேச மீண்டும் மூச்சிரைத்தது. கண்கள் கசியத் துவங்கின. அதற்குமேல் இவனால் அங்கு நிற்கமுடியவில்லை. ஜன்னல் கம்பியைவிட்டு நகர்ந்தான்.

“சின்னக்கவுண்டரு ஏதாச்சும் இருந்தா குடுத்துட்டு போங்க... டீத் தண்ணீ குடிக்கனும்போல இருக்கு...''

இவன் ஐந்து ரூபாய்த் தாளை ஜன்னலுக்குள் நீட்டினான். அவன் நோட்டை வாங்கி அதனையே பார்த்துக்கொண்டிருந்தான். இவன் சட்டென நகர்ந்து வந்துவிட்டான். மனதை ஏதோ பாரமாய் அழுத்தியதுபோல் இருந்தது. வாதநாராயண மரத்து வாதுகளுக்குள் நனைந்த சிறகுகளை உதறிக்கொண்டு காகங்கள் அமர்ந்திருந்தன. சாக்கடையிலிருந்து வழிந்த மழைநீர் சாலையை முழுகி ஓடியது. சைக்கிளை மிதிக்க மிதிக்க கண்களில் சாவின் நிழல் தெரிய அமர்ந்திருந்த மண்ணுத்தின்னீயின் பிம்பமே திரும்ப திரும்ப இவனுக்கு எழுந்துகொண்டிருந்தது.

7

அந்த மழைக்காலம் முடிவுறும் தருவாயிலேயே மண்ணுத்தின்னீ இறந்துவிட்ட சேதி இவனுக்குக் கிடைத்தது. அவனை மாரிக்குடும்பன் தாராபுரத்திலேயே புதைத்துவிட்டு வந்துவிட்டதாகப் பருவக்காரன் தெரிவித்தான். மண்ணுத்தின்னீயின் மரணம் இவனைத்தவிர யாருக்கும் எந்தவித பாதிப்பையும் கொடுத்ததாகத் தெரியவில்லை. கேள்விப்பட்டதும் அம்மாகூட பெரிதாக விசனப்படவில்லை. காலங்கள் விரைந்து ஓடின. மாரிக்குடும்பன் கிடை சேர்ந்து கஷ்டப்படுவதாகப் பருவக்காரன் கூறினான். அப்பா இருநூறு ரூபாயை இவனிடம் எடுத்துக் கொடுத்தார். மாரிக்குடும்பனிடம் கொடுத்துவிட்டு வரும்படி தாழக்கரைக்கு அனுப்பினார்.

சித்திரை உக்கிரமானது. ஊருக்குள் எல்லாத்திக்கிலும் வெயில் அலைந்து தகித்தது. இவன் பாறையில் ஏறி, மாரிக்குடும்பன் வீட்டின் முன்புபோய் நின்றான். மண்திண்ணையில் எலிகள் வங்கு பறித்திருந்தன. மேற்கூரை சரிந்து யாரோ நாணலைப் பரப்பியிருந்தனர். வீட்டுக்குள்ளே சதுரம் சதுரமாய் விழுந்திருந்த வெளிச்சத்தினூடே மாரிக்குடும்பன் கயிற்றுக்கட்டிலில் படுத்திருந்தான். கட்டிலுக்கடியில் மூத்திரச்சட்டி கவிச்சி வீசக் கிடந்தது.

இவன் நடையில் நின்று உள்ளே எட்டிப் பார்த்துச் சப்தமிட்டான். மாரிக்குடும்பனால் எழ முடியவில்லை. கட்டிலின் சட்டத்தைப் பற்றியிருந்த கைகள் நடுங்கின. ஆனால் மாரிக்குடும்பன் இவனை அடையாளம் கண்டுகொண்டான். நலம் விசாரித்தான். இவன் அப்பா கொடுத்த பணத்தைக் கொடுக்க முயன்றான். மாரிக்குடும்பன் வாங்க மறுத்துவிட்டான்.

“முருகாயீ... மூனு வேளையும் சோறு கொண்டுவந்து போட்டுருங்க... ஒரு கொறையுமில்லாம பாத்துக்குங்க சாமீ... கூத்தன் வந்து கூப்பிட்டா போதும்... குதியாளம்போட்டுப் போயிருவேன்... மண்ணுத்தின்னீக்கு ஒரு கலியாணமாகி எனக்கு ஒரு மருமக இருந்தாக்கூட இப்படி பாத்துப்பாளானு சந்தேகம்சாமீ.. அந்தப் புள்ள மகராசீயா இருக்கோனும்...’’

மாரிக்குடும்பன் தொடர்ச்சியில்லாமல் தடுமாறி தடுமாறிப் பேசினான். இவன் அதிகநேரம் அங்கு நிற்கவில்லை. ஊரைக்

கடந்து ஊசிப்புல் சூழ்ந்த ஒற்றைத்தடத்துக்கு வந்தான். முருகாயீ ஏன் மாரிக்குடும்பனைப் பார்த்துக்கொள்ளவேண்டும்? காலத்தின் எல்லையற்ற பெருவெளியில் வாழ்வு பற்றிய இதுபோன்ற புதிர்த்தன்மை எப்போதும் விடுவிக்கப்படுவதில்லை என இவனுக்கு தோன்றியது. முடிவற்ற கேள்விபோல நடக்க வேண்டிய காலடித்தடம் கண்முன் ஆயாசமாய் நீண்டு கிடந்தது.

(கல் குதிரை, பனிக்கால இதழ் சனவரி 2013)

குதிரை வண்டிக்காரனும் ஒன்பது குழந்தைகளும்!

காலைவேளையின் நான்காவது பீரியடின் மணி அடிக்கும்போதே அந்தப் பதற்றமான மனநிலை என்னைத் தொற்றிக்கொண்டது. எங்கிருந்தோ ஒரு வெறுப்பான நிசப்தப் போர்வை வந்து என்னை மூடிக்கொள்வதுபோல உணர்ந்தேன். வழக்கப்படி முதல் பத்து நிமிடம் மதிற்சுவருக்கு வெளியிலிருந்து கேட்கும் நகரத்தின் இரைச்சலையும் வாகனங்களின் ஒலிப்பான் சப்தங்களையும் உற்றுக் கேட்டபடி இருந்தேன். பின்பு அந்த இரைச்சலையும் ஒலிப்பான் சப்தங்களையும் கொண்டே அவை இன்ன இன்ன வாகனங்களினுடையது என்று பகுப்பாய்ந்தும் நேரத்தைக் கடத்த முயன்றேன்.

அதற்கு அடுத்த இருபது நிமிடங்கள் நான் ஜன்னலுக்கு வெளியே பார்த்தபடி இருந்தேன். மைதான வெளியின் சூடேறிய தரையில் யாருமே தென்படவில்லை. சூரிய ஒளியில் இறக்கைகள் மின்ன மழைத்தட்டான்கள் மட்டும் அலைந்து கொண்டிருந்தன. ஒரு வால் நீண்ட கரிக்குருவி உந்தி உந்தி தாழப் பறந்துபோயிற்று.

நான் பார்வையை விலக்கினேன். நிமிர்ந்து நேராகப் பார்த்தேன். எனக்கு முன்பாக அமர்ந்திருக்கும் மாணவர்களின் தலைப்பகுதிகள் அசைவின்றி இருந்தன. அதனைத் தாண்டி சாமுவேல் வாத்தியார் கரும்பலகையில் இன்னும் அல்ஜீப்ராவை எழுதிக்கொண்டிருந்தார். அவரின் கூன் விழுந்த முதுகும் வலது தோளும் அசைந்தபடி இருந்தன. மதிய சாப்பாட்டுக்குச் சற்று முன்பான நேரம் என்பதால் வகுப்பு படுநிசப்தமாக இருந்தது.

அப்போது பள்ளியின் பிரதான நுழைவாயில் பக்கமிருந்து ஒரே கூச்சலும், பேச்சு சப்தங்களும் கேட்டன. சாமுவேல் வாத்தியார் எழுதுவதை நிறுத்திவிட்டுத் திரும்பிப் பார்த்தார். சாக்பீஸை மேஜை மீது வைத்துவிட்டுக் கைகளைத் தட்டினார். பறக்கும் சாக்பீஸ்

துகள்களை வாயால் ஊதிக் கலைத்தார். வராண்டாவில் ஆட்கள் நடந்து வரும் ஓசை அதிர்வுடன் கேட்கத் துவங்கிற்று.

சாமுவேல் வாத்தியார் திரும்பவும் எங்களை ஒருமுறை நோக்கினார். அவரின் முகம் கலவரமடைந்தது. வேகமாக நடைப்பக்கம் போனார். கதவைப் பிடித்தபடி வெளியே எட்டி வராண்டாவைப் பார்த்தார். அப்போது ஏழாம் வகுப்பில் வரலாற்றுப் பாடம் நடத்திக்கொண்டிருந்த ரோஸ்லின் டீச்சர் வராண்டாவில் அவசரமாக வந்தார். அவர் சாமுவேல் வாத்தியாரிடம் ஏதோ சொல்லிவிட்டு நகர்ந்து போனார்.

அதற்குள் நாங்கள் எங்களுக்குள் குசுகுசுவென பேச ஆரம்பித் திருந்தோம். வகுப்புக்குள் திரும்பி வரும்போது சாமுவேல் வாத்தியாரின் முகம் இறுகியிருந்தது. மேஜை முன்பு வந்து நின்றவர் எங்களையே பார்த்தார். சிறிதுநேரம் எதுவும் பேசவில்லை. எங்களாலும் வெளியே என்ன நடக்கிறது என எதுவும் யூகிக்க முடியவில்லை. மாடிப்படியில் மாணவர்கள் தடதடத்து இறங்கும் சப்தம் தொடர்ந்து கேட்டபடியே இருந்தது.

சாமுவேல் வாத்தியார் வெளிப்புறத்தை ஒருமுறை நோட்டமிட்டார். பின்பு தணிந்த குரலில் பேசினார். “நம்ம பாரத பிரதமர் இந்திரா காந்திய... சுட்டுக் கொன்னுட்டாங்களாம் இப்பதா... பன்னண்டே முக்கால் செய்தில வெளியாயிருக்கு.''

திடீரென சாமுவேல் வாத்தியாரின் கண் கலங்கிவிட்டது. நாங்கள் பைக்கட்டைத் தூக்கிக்கொண்டு எழுந்துவிட்டோம். ஜன்னல் பலகையைத் தட்டியபடி உருட்டுக்கட்டையுடன் சிலர் நடந்து போய்க்கொண்டிருந்தார்கள். அந்தக் கும்பல் உரத்த குரலில் எதையோ சொல்லிக்கொண்டும் போனது.

சாமுவேல் வாத்தியார் மேஜைமீது இருந்த புத்தகத்தை எடுத்துக் கொண்டு வெளியேறினார். நாங்கள் கூச்சலிட்டபடி அவரைப் பின்தொடர்ந்து வெளியே ஓடினோம். காலைப் பிரார்த்தனை நடக்கும் கொடிக்கம்பத்தினடியில் கட்சிக்கரை வேட்டியுடன் சிலர் நின்றிருந்தனர். பள்ளியின் பிரதான நுழைவாயிலில் மாணவர்கள் நெருக்கியடித்தபடி வெளியேறிக்கொண்டிருப்பது தெரிந்தது. சில மாணவர்களுக்கு உடனே எங்குப் போவது என தெரியவில்லை. வராண்டாவில் அங்கும் இங்கும் நடந்து கொண்டேயிருந்தார்கள். என்னோடு வராண்டாவில் நின்றுகொண்டிருந்த இளங்கோ கேட்டான்.

“பஸு எல்லாம் ஓடாதாம்... வூட்டுக்கு எப்படி போறது...?''

அதுவரை நான் வீட்டுக்குப் போவதைப் பற்றியெல்லாம் யோசிக்கவில்லை. திடீரெனத் தெளிவற்ற பயம் சூழ்ந்தது. என்னை அந்த நண்பகல் கற்பனை செய்யமுடியாதளவுக்கு வெறுமை யுடையதாயிற்று.

நான் எங்கள் கிராமத்திலிருந்து வரும் மற்ற பையன்களைத் தேடினேன். ஒரு சிறு தேடலுக்குப் பின் நான் அவர்களைக் கண்டடைந்தேன். அவர்கள் பள்ளியின் பிரதான நுழைவாயில் அருகில் நின்றுகொண்டு என்னைத் தேடிக்கொண்டிருந்தார்கள்.

நாங்கள் நால்வரும் சேர்ந்து பள்ளியைவிட்டு வெளியே வந்தோம். சைக்கிளில் வந்திருந்த மாணவர்கள் மிகுந்த உற்சாகத்துடன் கிளம்பிச் சென்றார்கள். கடைவீதி செல்லும் சாலையில் வாகனங்கள் எதுவும் செல்லவில்லை. நெரிசலான போக்குவரத்து யாவும் சடுதியில் மறைந்து விட்டன. எல்லாக் கடைகளும் மூடப்பட்டிருந்தன. ஓரிடத்தில் மூடப் பட்டிருந்த கடைப்பலகையில் வெள்ளாட்டுக் குட்டிகள் உராய்ந்து கொண்டிருந்தன.

நாங்கள் பேருந்து நிலையத்தை நோக்கி நடந்தோம். சந்தடி மிகுந்த வழியெங்கும் நெடிய அமைதி கவிந்துபோயிருந்தது. ஓட்டல் ஒன்றின் முன்பு சாக்கடையோரம் சாக்குப் பையை விரித்து அதில் சாதத்தைக் கொட்டிக்கொண்டிருந்தார்கள். சற்றுத் தள்ளி மூன்று நாய்கள் வாலை ஆட்டியபடி நின்று கொண்டிருந்தன. இன்னொருவன் சாம்பார் பக்கெட்டைத் தூக்கி வந்து சாக்கடையில் கவிழ்த்துக் கொண்டிருந்தான். தண்ணீர்த் தொட்டி அடியில் 'மூன்று சீட்டு' விளையாடும் ஆசாமிகளைக் காணவில்லை. சாலையை நோக்கியிருந்த வீடுகளும் சாத்தியே கிடந்தன. வெயில் திடீரென மறைந்துவிட்டது. பொழுதை மூடிய வெண்முகில் படலங்கள் வானமெங்கும் பரவிக்கொண்டிருந்தன.

பேருந்து நிலையத்தில் பேருந்துகள் ஒன்றையும் காணவில்லை. சனங்கள் திரள் திரளாகக் கூடி நின்றுகொண்டிருந்தனர். தங்களுக்குள் பேசிக்கொண்டிருந்தவர்களின் எல்லோர் முகங்களிலுமே இனம்புரியாத கலவரத்தின் சாயல் படிந்திருந்தது. சிலர் சிறிதுநேரம் நின்று பார்த்துவிட்டு கைப்பையுடன் நடக்கத் துவங்கினார்கள்.

எங்கள் நால்வருக்கும் எப்படி ஊருக்குப் போவது என்கிற வழி எதுவும் புலப்படவில்லை. அரசு மேல்நிலைப் பள்ளியில் படிப்பவர்கள் அங்கிருந்து நேராக வயல் வழியாக நடந்து இந்நேரம்

ஊர் போய் சேர்ந்திருப்பார்கள் என எங்களுக்குள் பேசிக்கொண்டோம். அந்தச் சமயத்தில் அலோஸியஸ் ஸ்கூலில் படிக்கும் எங்கள் ஊரைச் சேர்ந்த ஐந்து பெண்களும் எங்கள் அருகில் வந்தார்கள். அந்தp பெண்களில் பூமதியக்காவும், மகேஸ்வரியக்காவும் மட்டும் எங்களைவிட வயதில் மூத்த பெண்கள். அவர்கள் இருவரும் பத்தாவது படித்துக்கொண்டிருந்தார்கள். மற்ற மூன்று பெண்களும் எங்கள் சமவயதினர்தான். அந்தப் பெண்கள் எல்லோரும் எங்களைப் போலவே சோர்வும், அச்சமும் கலந்த மனநிலையில் இருந்தார்கள். பொசுக்கும் வெயில் எங்கள் கழுத்திலும் நெற்றியிலும் நேராக இறங்கிற்று.

பேருந்து நிலையத்தில் எல்லாக் கடைகளுமே அடைக்கப் பட்டிருந்தன. ஒரே ஒரு பூக்கூடைக்காரி மட்டும் பூக்களைக் கோணிப் பையில் கொட்டி முடிச்சிட்டுக்கொண்டிருந்தாள். நாங்கள் புத்தகப் பைக்கட்டுகளை காலடியில் வைத்துவிட்டு என்ன செய்வது என தெரியாமல் விழித்துக்கொண்டு நின்றிருந்தோம். இனி நின்று பயனில்லை நடந்தே போய்விடலாம் என்கிற மனநிலைக்கும் வந்திருந்தோம். ஆனால் பூமதியக்கா மட்டும் வேண்டாம் எனத் தடுத்துக் கொண்டிருந்தாள். நேரம் போயிற்று.

அப்போது பேருந்துகள் வெளியேறும் நுழைவாயிலிருந்து போலீஸ் ஜீப் உள்ளே வந்து நின்றது. பேருந்து நிலையத்துக்குள் எவரும் தங்கக்கூடாதுக் கிளம்பிப் போய்விடும்படி போலீஸ்காரர்கள் மிரட்டும் தொனியில் சப்தமிட்டார்கள். கூட்டம் கலையத் தொடங்கியது. ஒரு போலீஸ்காரர் எங்களை நோக்கி வந்தார்.

“எந்தூரு... போகணும்?''

பூமதியக்காதான் பதில் பேசினாள்.

“கோவில்பாளையம்''

“பஸ் கெடையாதுன்னு தெரியுமில்ல... அப்புறம் எதுக்கு இங்க வந்து நிக்கறீங்க...?''

எங்கள் எல்லோருக்கும் உள்ளுக்குள் சிறு அச்சம் மூண்டது.

“மணியென்ன... ரெண்டுதானே ஆகுது... கப் சாப்பாட்ட சாப்புட்டுட்டு... அப்படியே நடந்து வூட்டுக்கு போய்ச் சேருங்க... ம்ம்ம்... இங்க நிக்கக் கூடாது கௌம்புங்க....''

எங்களைப்போல நின்றுகொண்டிருந்த ஒருசிலரையும் போலீஸ் காரர்கள் லத்தியைக் காட்டி விரட்டிக்கொண்டிருந்தார்கள். சிறிது

நேரத்தில் பேருந்து நிலையமும் வெறிச்சோடிப் போயிற்று. வேறுவழியில்லை. நாங்களும் பேருந்து நிலையத்தைவிட்டு வெளியேறினோம். புறநகர் சாலைச் போய் நின்று யோசித்தோம். அங்கிருந்து எங்கே போவது என முடிவாகவில்லை. ஆளாளுக்கு ஒரு யோசனை தெரிவித்தார்கள். நேரம் நண்பகல் கடந்துவிட்டது. வெளி மாலைக்கான முகாந்திரத்தைக் காட்டியது. பூமதியக்கா மகேஸ்வரியக்காவிடம் கேட்டாள்.

“ஏன்டி பேசாம... உங்கப்பா வேல பாக்குற பேங்குக்கு போவமா...?’’

“எங்கப்பா... இன்னிக்கு ஈரோடு போறமின்னு சொல்லிக்கிட்டு இருந்தாரு.... அதான் யோசிக்கறேன்’’

அந்தச் சமயத்தில் புறநகர்ச் சாலையில் வடக்கே இருந்து சைக்கிளில் உருமால்கட்டிய ஒருவன் வந்தான். எங்களிடம் வந்ததும் அவன் சைக்கிளில் காலூன்றி நின்றபடி பேசினான்.

“வடக்கே போயிராதீங்க... சுங்கத்துப் பக்கம் ஒரு பஸ்ஸ எரிச்சுட்டாங்க... ரௌடிங்க கத்தியோட நிக்கறாங்க... எல்லோரும் வேற வழியா வூட்டுக்கு சூதானமா போங்க...’’

எங்களுக்குப் பசியுடன் சேர்ந்து பீதியும் அதிகரித்தது. பூமதியக்கா மகேஷ்வரியக்காவின் கையைப் பிடித்து இழுத்தாள். நாங்கள் தெற்கு முகமாகத் திரும்பி நடந்தோம். நாற்புறமும் பார்த்துக்கொண்டே போனோம். இரைச்சல் மிகுந்த புறநகர்ச் சாலை முற்றிலும் தனிமையாகிவிட்டது. ஆளில்லாத பேருந்து ஒன்று எங்களை விரைசலுடன் கடந்து போனது. மதிய வெயில் முழு உக்கிரத்தோடு தகித்தது. குறுக்கு வழியாக ஒரு விசாலமான தெருவில் உட்புகுந்து நடந்தோம். அந்தத் தெருவில் ஆளரவமேயில்லை. வெள்ளாடுகள் புங்கைமர நிழலில் படுத்து அசைபோட்டுக்கொண்டிருந்தன. பணக்காரத்தன்மையுடன் கட்டப்பட்டிருந்த வீடுகளின் கண்ணாடிச் சன்னல்கள் எல்லாம் சாத்தப்பட்டிருந்தன.

நிலவள வங்கி இயங்கி வந்த கட்டிடம் அந்த தெருவின் முடிவில் இருந்தது. பழைய காரை வீடு. கிழக்கு பார்த்த நடை. வாசலில் நிழலுக்கு ஒற்றை வேம்பு கூடாரமிட்டிருந்தது. அதன் வாதுகள் மேல்மாடத்தின் மீது விழுந்து கவிந்து கிடந்தன. தூண்களோடு கூடிய வெளித்திண்ணையில் மூன்று பேர் நின்று பேசிக்கொண்டிருந்தார்கள். நாங்கள் எல்லோரும் வேம்பின் கீழ் போய் நின்று உள்ளே

எட்டிப்பார்த்தோம். மூன்று பேரில் ஒருவர் மட்டும் வாசற்படியிறங்கி எங்களிடம் வந்தார்.

"ஆரப் பாக்கனும்...?''

மகேஸ்வரியக்கா முன்னால் வந்தாள்.

"ஓ!... முத்துசாமி பொண்ணுல்ல நீ... உங்கப்பாவும்... எஸ்.ஓவும் ஈரோடு போயிருக்காங்க... இப்பதா... காங்கேயந்தாண்டி ஜீப்புல வந்துட்டு இருக்கறதா போன் பேசினாரு... வர்றவரைக்கும் எல்லாரும் உக்காருங்க...''

நாங்கள் வெளித்திண்ணைத் தூணோரம் புத்தகப் பையை வைத்துவிட்டுக் காலைத் தொங்கப்போட்டு வரிசையாக உட்கார்ந்தோம். வேப்பமரத்தின் இலைகள் அடர்ந்த வாதுகள் பொழுதைச் சிதறடித்துக் கொண்டிருந்தன. காற்று சிறு சப்தத்துடன் வீசிற்று. கூரையில் காகத்தின் கரைப்பொலி கேட்டது. பூமதியக்கா டிபன் பாக்ஸைக் கையில் எடுத்தபடியே சொன்னாள்.

"எல்லோரும் சாப்புடுவோமா...?''

நாங்கள் சாப்பிட்டு முடித்த பின்னும் மகேஸ்வரியக்காவின் அப்பாவைக் காணவில்லை. கட்டடங்களின் நிழல் கிழக்கு பார்த்து நீளத் துவங்கிற்று. நாங்கள் தெருவையே பார்த்தபடி இருந்தோம். ஜீப் வந்து சேர்ந்தபோது மேலும் ஓர் அரைமணி நேரம் கடந்துவிட்டது. மகேஸ்வரியக்காவின் அப்பா ஜீப்பிலிருந்து இறங்கியதும் நேராக எங்களிடம் வந்தார்.

"ஊருக்கு எப்படி போறது... வடக்கே ஒரே கலவரமா கெடக்கு... நாங்க வர்றதுக்குள்ள போதும் போதும்ன்னு ஆயிருச்சு...''

மகேஸ்வரியக்காவின் அப்பா அப்படியே ஜீப் ஓட்டுநரை அழைத்துக் கேட்டார்.

"ஏம்பா.... ஏதாவது ஆட்டோ, டாக்ஸி கெடைக்குமா...? தெரிஞ்சவங்களா இருக்கனும்.''

"ஸ்டேண்டுக்குப் போயீ பாக்கலாமுங்களா...?''

மகேஸ்வரியக்காவின் அப்பாவும் ஜீப் ஓட்டுநரும் சுவேகாவில் கிளம்பிப் போனார்கள். நாங்கள் வெளித்திண்ணையில் உட்கார்ந்தபடியே இருந்தோம். தொலைவிலிருந்து கேட்ட சிறுசிறு சப்தங்கள் கூட அடங்கிவிட்டன. வேம்பு நிழலின் விளிம்பில் வந்து வெள்ளாடுகள்

நின்று கத்தின. சிறிதுநேரத்தில் மகேஸ்வரியக்காவின் அப்பா மட்டும் திரும்பி வந்தார்.

“குதிர வண்டிக்கு ஏற்பாடு செஞ்சிருக்கேன்.... நம்ம சுந்தரு கூட்டிக்கிட்டு வர்றான்...''

நாங்கள் திரும்பவும் தெருவையே பார்த்தபடி இருந்தோம். பொழுது மேற்கே சாயத் துவங்கியிருந்தது. தெருவில் திடீரென சுடு வெயில் படர்ந்தது. மெல்லிய சப்தத்துடன் குதிரைவண்டி அசைந்து அசைந்து வந்து நின்றது. ஜீப் ஓட்டுநர் இறங்கி உள்ளே வந்தார்.

நாங்கள் எழுந்து புத்தகப்பையுடன் குதிரை வண்டியிடம் சென்றோம். குதிரை செம்மண் நிறத்தில் இருந்தது. வயிறு ஒடுங்கி விலா எலும்புகள் துருத்திக் கொண்டிருந்தன. பிடறி மயிர் செம்பட்டையடைந்து உதிர்ந்து போயிருந்தது. குதிரை வண்டிக்காரனுக்கும் நாற்பது வயதுக்கு மேல் இருக்கும். தலையில் பாதி நரைத்த முடி. பொழக்கமான மீசை. மிகமெலிந்த உருவமாக இருந்தான். கன்னங்கள் இரண்டும் உள் ஒடுங்கிப்போயிருந்தன. வண்டியிலிருந்து இறங்கியதும் பீடி பற்ற வைத்துக்கொண்டான். பின்பு எங்கள் புத்தகப்பையை ஒவ்வொன்றாக வாங்கி வண்டியின் அடியில் கட்டியிருந்த கயிற்று வலையில் போட்டான். வலையை இறுக்கி முடிச்சிட்டான்.

நாங்கள் ஒவ்வொருவராக வண்டியில் ஏறினோம். ஒன்பது பேருக்கும் இடம் பற்றவில்லை. நெருக்கி உட்கார்ந்தோம். கடைசியாகக் குதிரைவண்டிக்காரன் ஏறினான். வண்டியின் தெப்பக்கட்டை மீது உட்கார்ந்து கொண்டான். குதிரையின் சேணக்கயிற்றை எக்கிப் பிடித்தான். காலால் குதிரையின் தொடையை உதைத்தான். குதிரை தலையைத் தூக்கி கடைவாயைப் பிளந்தது. வண்டி முன்னும் பின்னும் ஆடிற்று. குதிரைவண்டிக்காரன் குதிரையை அதட்டினான். வண்டி திரும்பிற்று. தெரு கடந்ததும் வேகம் பிடித்தது.

புறநகர்ச் சாலையில் நடந்து செல்பவர்கள் ஒருசிலர் மட்டுமே தட்டுப்பட்டனர். எங்கள் வயதை ஒத்த இரு சிறுவர்கள் கல்லெறிந்து தெருவிளக்கை உடைத்துக்கொண்டிருந்தார்கள். மேலும் கொஞ்சம் தூரத்தில் லாரிகளை ஒரு கும்பல் வழிமறித்து மிரட்டிக்கொண்டிருந்தது. எங்களையும் ஒருவன் வண்டியை நிறுத்தச் சொல்லி ஜாடை செய்தான். பின்பு அவன் குறுக்கே புகுந்து வழிமறித்தான். நாங்கள் பயந்து போனோம். குதிரை வண்டிக்காரன் வண்டியை நிறுத்தினான். அவன் குதிரை வண்டிக்காரனின் சட்டையைக் கழுத்தோடு சேர்ந்து

இறுக்கிப் பிடித்தான். அவனது சிவந்த விழிகளில் வன்மம் புதைந்து போயிருந்தது. வண்டிக்காரனும் பயத்தோடு கெஞ்சினான்.

“பள்ளிக்கோடத்து கொளந்தீங்க... தெனமும் நாந்தா கூட்டிக்குட்டு போயீ... வுடறேன்... இங்கதா கிட்டத்துல சோளக்கடைவீதி வரைக்குமுங்க...’’

அவன் ஒருகணம் வண்டிக்குள் நோட்டமிட்டான். நாங்கள் யாரும் பேசவில்லை. திகைப்புடன் பார்த்துக்கொண்டிருந்தோம். அவன் பூமதியக்காவையே உற்றுப் பார்த்தான். பின்பு குதிரை வண்டிக்காரனை விட்டுவிட்டு நகர்ந்தான். ஆனால், குதிரையின் அடிவயிற்றில் காலால் எட்டி உதைத்தான். குதிரை மிரண்டு சீற்றத்துடன் கனைத்தது. குதிரை வண்டிக்காரன் கயிற்றை இறுக்கி, இழுத்துப் பிடித்தான். குதிரையை சப்தமிட்டபடி சமநிலைப்படுத்தினான்.

அதற்குள் அவன் பின்புறம் வந்து வண்டியைப் பிடித்து ஒரு தள்ளு தள்ளினான். வண்டி ஆட்டத்துடன் கிளம்பியது. அவனைப் போலவே இருந்த இன்னொருவன் வண்டியின் அருகில் ஓடிவந்தான். வாயைத் திருகிக்கொண்டு பெரும் ஓசையுடன் எக்காளமிட்டான். குதிரை மிரண்டு குதித்தது. முன்னங்கால் குளம்பால் மண்ணை வாரமுயன்றது. இருந்திருந்தாற்போல் வேகமெடுத்தது.

அடுத்து என்ன நடக்கும் என நினைக்கவே அச்சமாக இருந்தது. எங்கள் முகமும் பேயறைந்ததுபோல ஆனது. பின் மதிய வெயில் படர்ந்த புறநகர்ச்சாலை வெறிச்சோடிக் கிடந்தது. தொலைவில் கானல் அலைந்தது. குதிரை எட்டி நடக்கும் குளம்பொலி துல்லியத்துடன் கேட்டபடி இருந்தது. குறுக்காக நீலநிறப் பனங்காடை றெக்கையை விசிறி விசிறி பறந்து போயிற்று. குதிரை வண்டிக்காரன் எங்களோடு அதிகம் பேசவில்லை. எது கேட்டாலும் சலிப்புடன் தலையை மட்டும் அசைத்தான். அவ்வப்போது சாட்டையை சக்கரத்தில் உரசவிட்டு சப்தமெழுப்பி குதிரையை முடுக்கினான். ஆனாலும் குதிரை அதற்கெல்லாம் அசைந்து கொடுக்கவில்லை. சாதுவாகவே நடந்தது. எதிரில் ஒருசிலர் சாலையோரமாக நகரத்தை நோக்கி நடந்து வந்து கொண்டிருந்தனர். அந்தச் சமயத்தில் தீயணைப்பு வண்டி ஒலிப்பான் ஒலிக்க எங்கள் வண்டியை விலகிப் போயிற்று. அந்தச் சப்தம் தேய வெகுநேரம் ஆயிற்று.

புறநகர்ச் சாலை முடியும் இடத்தில் நிறையபேர் கூடியிருந்தார்கள். ஆண்களும், பெண்களும் என. அவர்கள் எல்லோரும் ஏதோ

விசேஷத்துக்குப் போய்விட்டு வந்தவர்கள் என்பது தெரிந்தது. பெரும் இரைச்சலுடன் பேசிக்கொண்டும் இருந்தார்கள். சிலர் புளியமரத்து நிழலில் அமைதியாகவும் அமர்ந்திருந்தார்கள். கடைவீதியிலிருந்து வந்து அந்த இடத்தில் சேரும் சாலையும் காலியாகவே தெரிந்தது.

அந்தக் கூட்டத்திலிருந்து ஒருவன் எழுந்து வண்டியின் குறுக்கே வந்தான். வண்டியை நிறுத்தச் சொல்லி சைகை காட்டினான். குதிரை வண்டிக்காரனும் கொஞ்சம் வண்டியின் வேகத்தை மட்டுபடுத்தினான். பயத்தில் எங்களுக்கு என்ன செய்வது எனத் தெரியாமல் உட்கார்ந்திருந்தோம். வண்டி அவனை நெருங்கியது. ஏனோ அவனாகவே விலகிக்கொண்டான். கூட்டத்தைப் பார்த்துச் சப்தமிட்டான்.

"வண்டி பூராவும் பள்ளிக்கோடத்துப் புள்ளைங்க மாமோவ்... இன்னிக்கு நாம நடராஜாதான்..."

வெயில் தாழ்ந்துகொண்டிருந்தது. குதிரை வண்டிக்காரன் சப்தமிட்டுக் குதிரையை விரட்டினான். ஐ.டி. மேடு ஏற்றத்தில் தானாக வண்டியின் வேகம் குறைந்து விட்டது. குதிரை தலைகவிழ்ந்து இழுத்தது. சேணம் பூட்டிய நுகத்தடி குதிரையின் பிடரிக்கு மேலே தூக்கி தூக்கிப் போட்டது. வண்டியும் அசைந்து அசைந்து போனது. ஐ.டி. வளாக மரநிழலில் விடுதி மாணவர்கள் உட்கார்ந்து சாலையைப் பார்த்தபடி இருந்தார்கள். நாங்களும் முன்னோக்கி சாலையைக் கவனமாக நோக்கியபடி இருந்தோம். குதிரை பெருமூச்செறியும் ஓசையும், கால்குளம்பின் ஒலியும் கலந்து கேட்டன. சிறிது நேரத்துக்கு ஒருமுறை குதிரைவண்டிக்காரன் குதிரையின் முதுகில் சாட்டையை இறக்கினான். வண்டி மேடேறியபோது வானம் நிர்மலமாகத் தெரிந்தது. ஈரக்காற்று வீசிற்று. கிழக்கே தொலைவில் மழை இறங்கிப் பெய்திருக்க வேண்டும். முகில்கள் கலைந்து மேற்கு நோக்கி வந்து கொண்டிருந்தன. வெயில் மங்கிவிட்டது.

இறக்கத்தில் வண்டி வேகம்பிடித்தது. குதிரைக்குப் பின்முழங் கால்கள் அடிக்கடி உராய்ந்தன. குப்பிச்சிப்பாளையம் பிரிவடியில் புகைமூட்டம் தென்பட்டது. சாலையில் ஆட்கள் சிலர் கூடி நின்றிருந்தார்கள். குதிரை வண்டிக்காரன் வண்டியை நிறுத்திவிட்டான். யாராவது மேடேறி வந்துகொண்டிருக்கிறார்களா எனப் பார்த்தான். யாருமே வரவில்லை. குதிரை வண்டிக்காரன் இறங்கி நின்று பீடி பற்ற வைத்தான். வடக்கே சாலையைப் பார்த்தபடி யோசிக்கத் துவங்கினான். பூமதியக்கா சொன்னாள்.

“அண்ணே... ஒண்ணும் நடக்காது... போலாம்ணே...''

குதிரைவண்டிக்காரன் பதில் பேசவில்லை. வண்டியில் ஏறி உட்கார்ந்தான். குதிரையை அதட்டினான். வண்டி கிளம்பியது. தூரத்திலிருந்து பார்த்தபோது அசம்பாவிதத்தைப் பற்றித் தெளிவாக அனுமானிக்க முடியவில்லை. வண்டி நெருங்க நெருங்க எங்களுக்குள் நடுக்கம் ஏற்பட்டது. தடத்தை மறைத்து நின்றிருந்த கும்பல் விலகாமலே இருந்தது. குதிரைவண்டிக்காரன் வண்டியை மண்ணில் இறக்கி ஓட்டினான். பஞ்சுப் பொதி ஏற்றி வந்த லாரி, புளியமரத்தை ஒட்டி நின்றிருந்தது. பாதி லாரிக்கு மேல் தீ திகுதிகுவென பற்றி எரிந்து கொண்டிருந்தது.

புகைப்படலம் சூழ்ந்து வளையம் வளையமாக மேலே போய்க் கொண்டிருந்தது. புளியவாதுகளும் சேர்ந்து சடசடவென கருகிக் கொண்டிருந்தன. பஞ்சுத் துணுக்குகளும் காற்றில் அலைந்து கொண்டிருந்தன. கருகல் வாசனை அந்தப் பகுதியெங்கும் நிரம்பியிருந்தது. தீயணைப்பு வண்டியைக் காணவில்லை.

போலீஸ்காரர்கள் நின்றிருந்த கும்பலை லாரியின் அருகில் விடாமல் தடுத்துக்கொண்டிருந்தனர். குதிரை வண்டிக்காரனின் முகம் இருண்டுவிட்டது. மௌனமாகவே வந்தான். எங்களுக்கும் பயம் தொற்றிக்கொண்டது. நஞ்சியம்பாளையத்தில் தேநீர்க் கடைகள் சாத்தியிருந்தன. பேருந்து நிறுத்தத்தின் அருகில் நாலைந்து இளைஞர்கள் கைலியில் நின்றிருந்தார்கள். அவர்கள் எங்கள் வண்டி கடப்பதையே உற்றுப் பார்த்தார்கள். தீயணைப்பு வண்டி ஒலிப்பான் ஒலிக்க எதிரில் வந்தது. அதனைப் பின்தொடர்ந்து கம்பி அடித்த போலீஸ் வேன் ஒன்றும் கடந்தது.

பொழுது மேற்கே முற்றிலும் சாய்ந்திருந்தது. தார்ச்சாலையில் மஞ்சள் வெயில் படர்ந்திருந்தது. உப்பாற்றுப் பாலத்தின்மீது ஓர் அரசுப் பேருந்து கருகிய நிலையில் எலும்புக்கூடாகக் கிடந்தது. சாம்பல் துகள்கள் காற்றில் இன்னும் பறந்துகொண்டிருந்தன. தீக்கங்குகள் இன்னும் அணையவில்லை. கறுமைப் படிவாய் சிமெண்ட் தரையில் நீர் ஒழுகி வழிந்திருந்தது. குதிரை வண்டிக்காரன் உள்ளே திரும்பி எங்களைப் பார்த்துப் சொன்னான்.

“பாத்தீங்கள்ல... இந்த மாதிரி நடக்கறதுனாலதா ஒவ்வொருத்தனும் வண்டியப் பூட்டவே பயப்படுறான்... ஒங்க நல்லநேரம் நாங்காட்டி துணிஞ்சு வந்தே..!''

குதிரை வண்டிக்காரன் பீடி பற்ற வைத்தான். வண்டி அசைந்து அசைந்து மெல்லப் போயிற்று. எங்களில் சிலருக்கு மூத்திரம் முட்டிக்கொண்டு வந்தது. ஆனால், குதிரை வண்டிக்காரனிடம் சொல்லக் கூச்சப்பட்டோம். கிழக்கே அடிவானில் கருக்கல் கட்டியது. முகில்கள் கிளர்ந்து மேலேறிக்கொண்டிருந்தன. மழை இறங்கும் என்கிற சூழ்நிலை உருவாயிற்று. வெளி எங்கும் திடீரெனப் புழுக்கம் கவிந்தது. வண்டி கைக்காட்டியை நெருங்கியது. 'சில்க் ஸ்மிதா' கள்ளுக்கடை செல்லும் வழி என்கிற பெயர்ப்பலகை கொஞ்சம் சாய்ந்திருந்தது. யாரோ பிடுங்குவதற்காக அதனை அசைத்திருக்கக் கூடும். சாலை அந்த இடத்தில் இரண்டாகப் பிரிந்தது. கோவை, திருப்பூர் செல்லும் நேர்ச்சாலையில் ஒரே ஒரு பட்டா வண்டி கிடுகிடு சப்தத்துடன் போய்க்கொண்டிருந்தது.

ஈரோடு செல்லும் கிளைச் சாலையில் எங்கள் வண்டி திரும்பிற்று. எதிர்க்க வந்த கார் ஒன்று வேகம் குறைந்து எங்கள் வண்டியை நெருங்கியதும் நின்றது. காரை ஓட்டியவர் குதிரை வண்டிக்காரனிடம் கேட்டார்.

"தாராபுரத்துக்கு எப்படி போவணும்?''

குதிரைவண்டிக்காரன் மெதுவான குரலில் வழி சொன்னான். அந்த ஆள் மேலும் கேட்டார் "மேற்கொண்டு போலாமுல்ல... அசம்பாவிதம் ஒன்னும் நடக்கலலே... ரிசர்வ் போலீஸ் போட்டிருக்கா...?''

குதிரை வண்டிக்காரன் பதில் சொல்லவில்லை. வண்டியைக் கிளப்பினான். பயம் எங்களை விட்டு இன்னும் முற்றிலுமாக விலகவில்லை. நிழல்போல தொடர்ந்தது. வழி மேடும் பள்ளமுமாக இருந்தது. தேன்மொழியம்மன் கோவிலடி அனாதரவாகக் கிடந்தது. மதிலோரப் பூவரசு மரத்தில் மஞ்சள் பூக்கள் குழல் குழலாக விரிந்து குலுங்கின. காற்று குளிராய் வீசிற்று. மகேஸ்வரியக்காவின் அப்பாவும், ஜீப் ஓட்டுநரும் சுவேகாவில் எங்கள் வண்டியை விலகிப் போனார்கள். மழை இறங்க வாய்ப்பில்லை எனத் தோன்றியது. முகில்கள் திரும்பவும் கலைந்துகொண்டிருந்தன. மேற்கு அடிவானில் பொழுது எட்டிப்பார்த்தது. திரும்பவும் மஞ்சள் வெளிச்சம் படர்ந்த வழி ரம்மியத்தைக் கூட்டியது.

சற்று நேரத்தில் ஜீப் ஓட்டுநர் அதே சுவேகாவில் எதிரில் வந்தார். கையசைத்தபடி வண்டியைக் கடந்து போனார். எங்கள் ஊரைச் சுட்டும் கைக்காட்டியில் எழுத்து அழிந்து மங்கித் தெரிந்தது. வண்டி

குலுங்கலுடன் மண்பாதைக்குத் திரும்பிற்று. எங்கள் எல்லோர் மனசுக்குள்ளும் முதன்முறையாக நிம்மதி பூத்தது. புதை மணலான இடத்தில் வண்டி பதிந்து மீள்வதை உணர்ந்தோம். வண்டி சக்கரத்திலிருந்தும், குதிரையின் கால்குளம்பிலிருந்தும் புழுதிகள் மேலெழும்பிப் பறந்தன. வழிநெடுக ஆவாரஞ்செடிகள் பூத்து நின்றன. கிளுவை வேலிக்கப்பால் காட்டுக்கோழிகள் குரல் எழுப்பிய வண்ணம் இருந்தன. செம்மறியாடுகளை ஓட்டிக்கொண்டு ஒருவர் எதிரில் வந்து கொண்டிருந்தார். அவர் விலகி நின்று எங்கள் வண்டியை வெறித்தார்.

நகரத்தின் அருகில் நடந்த வன்முறையின் சுவடு எதுவுமின்றி எங்கள் ஊர் எப்பொழுதும் போல இயங்கிக்கொண்டிருந்தது. சேந்து கிணற்றடியில் தண்ணீர் சேந்தும் பெண்கள் கூட்டம் இருந்தது. தலைவாசல் ஆலமரத்தடியிலேயே எங்கள் பெற்றோர்கள் வண்டியை எதிர்பார்த்து காத்திருந்தார்கள். அந்த கூட்டத்தில் மகேஸ்வரியக்காவின் அப்பாவும் வெறுமலோடு நின்றிருந்தார்.

குதிரை வண்டிக்காரன் வண்டியை திருப்பி நிறுத்தினான். நாங்கள் ஒவ்வொருவராக வண்டியிலிருந்து இறங்கினோம். குதிரை வண்டிக்காரனும் இறங்கினான். சாய்ங்காலம் முழுவதும் நடந்த குதிரை சோர்ந்து போய் நின்றது. தலையைக் கவிழ்ந்து மண்ணை முகர்ந்தபடி இருந்தது. ஓயாத பெருமூச்சு வாங்கிற்று. குதிரை வண்டிக்காரன் வண்டியின் பின்புறம் வந்தான். குனிந்து வண்டிக்கடியில் கட்டியிருந்த கயிற்று வலையை அவிழ்த்தான். எங்களுடைய புத்தகப் பைக்கட்டுகளை ஒவ்வொன்றாக எடுத்துக் கொடுத்தான். பின்பு நகர்ந்து போய் நின்று பீடி பற்ற வைத்துக் கொண்டான்.

ஆலமர வாதுகளில் அணையும் பறவைகளின் குரல்கள் கேட்டபடியிருந்தன. மகேஸ்வரியக்காவின் அப்பா வண்டியின் அருகில் போனார்.

"வண்டிக்காரரே... சொல்லுங்க...?"

"உங்களுக்கு தெரியாதது இல்ல... பாத்து கவனீங்க..."

குதிரை வண்டிக்காரன் பீடி புகையை வெளியே விட்டான். மறுபடியும் தம் கட்டினான். மகேஸ்வரியக்காவின் அப்பா பேசினார்.

"இருவது ரூவா பேசியிருந்தே... இந்தாங்க"

"கட்டாதுங்க... எவ்வளவு பிரச்சனையின்னு ஒங்களுக்கே தெரியும்..."

குதிரை வண்டிக்காரன் பணத்தை வாங்கிக்கொள்ள மறுத்தான். மகேஸ்வரியக்காவின் அப்பா மேலும் சேர்த்துக் கொடுக்க விரும்ப வில்லை. நாங்கள் விநாயகன் கோவில் கல்திண்ணையில் உட்கார்ந்து இருவரையும் மாறி மாறி பார்த்துக் கொண்டிருந்தோம். கடைசியில் மகேஸ்வரியக்காவின் அப்பா இருபத்தி இரண்டு ரூபாயை குதிரை வண்டிக்காரன் கையில் திணித்தார். குதிரை வண்டிக்காரன் கொஞ்சம் இஷ்டமில்லாமலேயே வாங்கிக் கொண்டான். குதிரைவண்டிக்காரனுக்கு வாடகை போதுமானதாக இல்லை என்பது அவனது முகபாவத்திலிருந்தே தெரிந்து கொள்ள முடிந்தது. யாரிடமும் எதுவும் சொல்லிக்கொள்ளவில்லை. தாவி வண்டியில் ஏறினான். சாட்டையால் குதிரையின் அடிவயிற்றில் அடித்து விரட்டினான். வண்டி மண்பாதையில் திரும்பி குலுங்கியபடி போயிற்று. நான் வண்டி மறையும்வரை பார்த்தபடியே இருந்தேன். எனக்கு ஏனோ குதிரை வண்டிக்காரனை நினைக்க பாவமாக இருந்தது.

மகேஸ்வரியக்காவின் அப்பா வாடகை பணத்தை ஒன்பதால் வகுத்து எங்கள் பெற்றோர்களிடம் வசூல் செய்து கொண்டிருந்தார். ஆலமரத்தைச் சுற்றிலும் காகங்கள் பறந்து கொண்டிருந்தன. வெகு விரைவாக இருள் விழுந்துவிட்டது. அம்மாவும் நானும் வீட்டுக்கு நடந்தோம். வீதியில் புழுதி பறக்க நாய்கள் சண்டையிட்டபடி இருந்தன. விளக்குகள் அப்போதுதான் ஒவ்வொன்றாக எரிய ஆரம்பித்தன. மின்சாரக் கம்பிகளில் குறுட்டாந்தைகள் உட்கார்ந்து குரலெழுப்பின. திடீரென அம்மா என்னிடம் கேட்டாள்.

“என்னடா யோசிச்சுக்கிட்டு வாரே...?’’

“குதிரை வண்டிக்காரன் பேசாம இங்கேயே தங்க வெச்சிருக் கோனுமா... வெடிஞ்சதியும் போகச் சொல்லியிருக்கலாம்...’’

அம்மா பதில் சொல்லாமல் சிரித்தாள். எங்கள் வளவில் யார் வீட்டிலோ ரேடியோவிலிருந்து பஜனைப் பாடல் கேட்டது. அன்றிரவு எனக்கு குதிரை வண்டிக்காரன் பற்றிய நினைவாகவே இருந்தது. சரியாக உறக்கமே வரவில்லை. சாமத்திற்கு பின்னிட்டு வீதியில் நிறைய பேர் நடந்து போகும் காலடி ஓசையைக் கேட்டேன். அருகில் படுத்து உறங்கிக்கொண்டிருந்த அம்மாவை எழுப்பினேன்.

அம்மா எழுந்ததும் கதவைத் திறந்தாள். இருவரும் வீதிக்கு வந்து பார்த்தோம். ஜனங்கள் தலைவாசல் பக்கம் போய்க் கொண்டிருந்தார்கள். நாங்களும் போனோம். எங்கும் கடும் இருள் வியாபித்திருந்தது.

தூரத்தில் ஓரிடத்தில் மட்டும் தீ பற்றி முழங்கும் ஒளி தெரிந்தது. எல்லோரும் பார்த்துக்கொண்டே இருந்தோம். பேருந்தா, லாரியா, எதுவென யூகிக்க முடியவில்லை. அதேபோல் யார் செய்திருப்பார்கள் என்பதையும்தான்.

வீட்டுக்கு திரும்பி வரும்போது ஒருவித திகில் தன்மை என்னைப் பற்றிக்கொண்டது. அம்மாவின் கையைப் பிடித்தபடியே ஒட்டி நடந்தேன். வீட்டுக்குள் சென்று பாயில் படுத்த பின்பு நான் அம்மாவிடம் கேட்டேன்.

“ஏம்மா குதிர வண்டிக்காரனுக்கு ஒண்ணும் ஆயிருக்காதுல்ல...''

அம்மா பதிலேதும் சொல்லவில்லை.

(‘குறி’ இதழ் 6, நவம்பர் டிசம்பர் 2012)

பூனைகளின் தோரணை

திடீரென வேம்பு காற்றைச் சலசலப்புடன் வெளிப்படுத்திற்று. காற்று வீசும்போதெல்லாம் வேம்பின் இலைகள் உதிர்ந்துகொண்டே இருந்தன. மஞ்சள் நிறம் கொண்ட பழுப்பு இலைகள் நடுங்கியபடி நிலத்தை நோக்கி வந்தன. அந்த இலைகள் தரையில் விழுந்து படியும்வரை இவன் பார்த்துக்கொண்டே இருந்தான். நேரம் போக மறுத்தது. அவன் வெகுநேரமாக வீதி மண்ணில் கால்விரல்கள் புதைய ஒரே இடத்தில் குத்தவைத்து உட்கார்ந்திருந்தான். முழங்கால் மூட்டு வேறு வலித்தது. வேம்பின் வடபுறத்து நிழலும் சுருங்கி வந்தது. இவன் தோள்பட்டைமீது வெயில் ஏறிவிட்டது. அடிமரத்திலிருந்து ஊர்ந்து வந்த சுள்ளெறும்புச் சாரை இவன் கால்களிடையே புகுந்து சென்றது.

ஊருக்குள் எங்கும் சிட்டுக் குருவிகள் தென்படாத உக்கிரம் அனலோடிக்கொண்டிருந்தது. வீதியின் மறுகோடியிலிருந்து மொக்கியன் பீடி புகைத்தபடி நடந்து வந்துகொண்டிருந்தான். அவன் பின்னால் கருப்பு நாய் ஒன்று குரைத்தபடி வந்துகொண்டிருந்தது. அந்த நாய்க்கு இரு காதுமடலோரமும் சிறிது வெள்ளையாக இருந்தது. தொங்கிய அதன் நாக்கில் நீர் வடிந்தது.

இவனுக்கு மொக்கியனைக் கண்டதும் ஆத்திரம் பீறிட்டுக்கொண்டு வந்தது. வெளிக்காட்டிக் கொள்ளவில்லை. எழுந்தான். வேட்டியை அவிழ்த்து இறுக்கிக் கட்டிக்கொண்டான். சுருட்டிக் கட்டிய சாக்குப் பையைத் தூக்கித் தலைமீது வைத்தான். குனியாமல் உட்கார்ந்து சல்லைவலையை எடுத்துக்கொண்டான். சல்லைவலையின் நுனியில் முடிச்சிட்ட சுருக்குக் கயிறு தொங்கி அசைந்தது. இவனுக்கு நேராகக் காரை பெயர்ந்த சுண்ணாம்புச் சுவரும் அதன் மேலே தட்டோட்டு இடுக்கில் காப்பு கட்டியிருந்த வறண்ட வேப்பிலைக் கொத்தும் மட்டுமே தெரிந்தன. இவன் மெதுவாகத் திரும்பி தென்வடலான வீதியைப் பார்த்தான்.

அதற்குள் மொக்கியன் அவனை நெருங்கி வந்திருந்தான். பீடிக் கட்டிலிருந்து ஒரு பீடியை மட்டும் உருவி இவனிடம் நீட்டினான். இவன் பீடியை வாங்கியதும் வாயில் வைத்தான். மொக்கியன் குடித்துக் கொண்டிருந்த பீடியையே வாங்கிப் பற்ற வைத்துக்கொண்டான். உறிஞ்சிப் புகையை வெளியே விட்டான். இருவரும் வீதியில் இறங்கி நடந்தார்கள். வீதியைக் குறுக்காகக் கடந்த மின்சாரக் கம்பிகளில் மூன்று காகங்கள் உட்கார்ந்திருந்தன. இளமதியப் பொழுதின் வெறுமை எங்கும் வியாபித்திருந்தது. ஆள் புழக்கமற்ற வீடுகளைத் தேடியபடியே போனார்கள். குரைத்துக்கொண்டிருந்த கறுப்பு நாய் இவர்களுக்கு முன்னால் வீதியில் ஓடிற்று. சற்றுத் தொலைவு சென்றதும் திரும்பி நின்று இவர்களைப் பார்த்தது. மீண்டும் வலுவாகக் குரைத்தது. எவரும் எதிர்ப்படாத வீதியில் கால் பிணைத்த இரு கழுதைகள் சுவரோரம் ஒண்டி நின்றிருந்தன. அசைவாங்கிக்கொண்டிருந்தன. ஒன்றுக்குக் கறுத்த குறி விறைத்து நீண்டு இருந்தது. மொக்கியன் அதனை திரும்பித் திருப்பிப் பார்த்தபடியே போய்க்கொண்டிருந்தான். நேராக இறங்கிய வெயிலில் மண்தரை தகிக்கத் தொடங்கிவிட்டது. ஊரின் இடையில் மரங்களே இல்லை.

மொக்கியன் பீடியை வாயிலிருந்து துப்பிவிட்டுக் கீழே குனிந்தான். நாய் குரைப்பதை நிறுத்திவிட்டு ஓடத் தொடங்கிற்று. உக்கிரம் இன்னும் சீமையோட்டுக் கூரைமீது உறைந்து நின்றது. இருவரும் வீதியிலிருந்து பிரிந்த ஓர் ஒடுக்கச் சந்தில் புகுந்தார்கள். பூட்டிக் கிடந்த வீடுகளைக் கடந்து நடந்தார்கள். சுவரின் நிழல் குறுகி வந்தது. இவன் நின்ற ஒரு வீட்டை உற்றுப் பார்த்தான். எறப்புடன் கூடிய முன் திண்ணை கொண்ட வீடு அது. படுநிசப்தமாக இருந்தது. முன்திண்ணையின் கிழக்கு மூலையோரத்தை மொக்கியன் இவனுக்குக் காட்டினான். கயிற்றுக் கட்டிலில் யாரோ படுத்திருப்பதுபோல் தெரிந்தது. கட்டிலோரம் சுவரில் சாய்ந்து ஊன்றுதடி இருந்தது. கட்டிலின் அடியில் மஞ்சிக்கயிறு அறுந்து தொங்கிற்று. இருவரும் வாசலுக்குப் போனார்கள். காற்று அடங்கிக் கிடந்தது. இவன் மொக்கியனைப் பார்த்துச் சொன்னான்.

“அல்லையில் பூந்து பொடக்காலிக்கிட்டப் போய்... கோம்பச் செவுத்தப் பாரு...''

“ம்ம்ம்''

“சத்தம் போடாதே... மொள்ளப் போ... சரக்குன்னாதும் நழுவீரு...''

மொக்கியன் வீட்டுக்குப் பின்புறம் செல்லும் கைத் தடத்தில் நுழைந்தான். முதியவர் கட்டிலிலிருந்து எழுந்து உட்கார்ந்தார். சுவரை

நிரண்டிக் கைத்தடியை எடுத்துக்கொண்டார். உத்தேசமாக வாசலைப் பார்த்துக் குரல் கொடுத்தார்.

"ஆரு... அப்புன்னு அது?''
இவன் திண்ணையோரம் போய் நின்று பதில் சொன்னான்.
"கொறவனுங்க... எசமான்...''
"இங்க என்ன சோலி...?''
"கூடை... மொறம்... கொத்த வந்தோமுங்க...''

"சின்ன எசமாங்க எல்லாந் தோட்டந்தொறவு போயாச்சு... நா... மொடையாக் கெடக்கறே... போயிட்டு இன்னொரு நாளைக்கு வாங்க...?''

"இல்லீங்க... எசமான்... இங்க நாங்க பூனை புடிக்க வந்திருக் கோம்ங்க..''

இங்க எந்தப் பூன இருக்கு... வேற வூடு பாத்துப் போங்கப்புன்னு...''

"பெரிய்ய... எசமாங்க... பூனதின்னிக் கொறவங்கிட்ட இப்பிடிச் சொன்னா எப்பிடி...?''

முதியவர் யோசித்தார்.

ராத்திரி எல்லா.. கர்புர்ன்னு ஒரே சத்தமாத்தாங் கெடக்கு... எங்காச்சும் ஊட்டுப் பூனையைப் புடுச்சு... அபகீர்த்தியக் கொண்டாந்தராதீங்க... காராட்டுப் பூனையாப் பாத்துப் புடியுங்க..''

முதியவர் மேலும் வாய்க்குள்ளாகவே ஏதேதோ முனகிக் கொண்டிருந்தார். இவன் அதற்கு மேல் அங்கு நிற்கவில்லை. பின்கட்டுக் கைத்தடத்தில் புகுந்து நடந்தான். திடீரென வெயில் நிழல்கட்டி மீண்டது. தோணி உள்ள இடத்தில் கூரைத் தண்ணீர் விழுந்த குழி கல்கரைகளுடன் காணப்பட்டது. அதில் பூனைவிட்டை கிடப்பதை இவன் கண்டான். தடம் எங்கும் நாய்த் துளசிகள் பூத்துக் கருகியிருந்தன. பின்கட்டில் சேந்து கிணறு இருந்தது. அதன் துருவேறிய கப்பிகளில் குருவிகளின் எச்சம் ஒழுகிக் காய்ந்திருந்தன. கல் மதிலோரம் புளியமரம் ஒன்று தான்தோன்றித்தனமாக முளைத்து வளர்ந்திருந்தது. அதனடியில் குப்பையும் அடுப்புச் சாம்பலும் கொட்டப்பட்டுக் கிடந்தன. அதனைத் தாண்டி இருவரும் போனார்கள். ஊருக்கு வெளியேயிருந்து வெயில் பூச்சிகளின் இடைவிடாத சப்தம் கேட்டுக் கொண்டேஇருந்தது. முன்கட்டு சரிந்த இன்னொரு வீடு தென்பட்டது. திண்ணையில் காடாநூல் நெசவுத்தறி போட்டுக் கழற்றிப் போயிருப்பதற்கான அடையாளம் மீந்திருந்தது. நாடா உருளைகள்

சில இன்னும் துருவேறிக் கிடந்தன. வெளிநடைக் கதவைப் பெயர்த்தெடுத்துப் போயிருந்தார்கள். நடையில் குந்தான்கள் மட்டும் நீட்டியபடி இருந்தன.

இவன் சத்தமெழுப்பாமல் கால்களை எட்டிவைத்து வீட்டின் உள்ளே போய் நின்றான். லேசான இருட்டு வீடு முழுவதும் பரவியிருந்தது. நாலாத்திக்கிலுமிருந்து தூசிகளின் வாடை வீசிற்று. இருள் பழகியதும் இவன் வீட்டை உற்றுப் பார்த்தான். வீடு விசாலாமாகவே இருந்தது. மொக்கியனும் பின்தொடர்ந்து உள்ளே வந்திருந்தான். இவன் அண்ணாந்து சுவரின் விட்டத்தை ஒட்டிய பகுதியை நோக்கினான். இருவரும் பேசிக்கொள்ளவில்லை. மதியத்தில் வெளி அரவம் முற்றிலும் அடங்கிக்கிடந்தது. மூங்கில் வெட்டுக்கைகளில் தற்போது தான் தோக்குருவிகள் அணையத் தொடங்கியிருந்தன. ரீங்கரித்தபடி ஒரு கருந்தும்பி நுழைந்து துளையிட்ட இடத்தைத் தேடிக்கொண்டிருந்தது.

இவன் பூனையின் வாசனையை உணர்ந்து கொண்டான். சல்லைவலையைத் தூக்கித் தயாராகப் பிடித்துக்கொண்டான். கண்கள் துழாவியபடி சுவரின் மேற்புறத்தைக் கடந்தன. எந்த இடத்திலும் சிறு சலனமில்லை. ஆனாலும் பூனை எங்கே என்பது புதிராகவே இருந்தது. இப்போது இருவரின் கவனமும் இயல்பைவிடக் கூர்மையாயிருந்தன.

எங்கும் சிறு பேச்சரவமில்லை. நிசப்தம் ஊரை அலாதியாக மூடியிருந்தது. மொக்கியன் ஏதோ சொல்ல வந்தான். இவன் உதட்டின்மேல் விரல் வைத்து ஜாடை காண்பித்தான். நிசப்தமும் இறுக்கமும் தொடர்ந்தன. திரும்பவும் ஒருமுறை சுவரின் மேற்புறத்தையே இவன் கண்கள் துழாவியபடி நகர்ந்தன. மெல்லிய இருளில் எந்த இடத்திலும் அசைவில்லை.

ஆனாலும் பூனையின் வாசனை தொடர்ந்து இவன் சுவாசம் எங்கும் நிரம்பியிருந்தது. வீதியில் கோரைப் பாய் விற்பவன் குரல் கேட்டது. இவன் அப்போதுதான் பார்வையை முகட்டுப் பக்கம் செலுத்தினான். இருபக்கச் சுவர்களுக்கிடையே குறுக்காக ஒரு மரச்சட்டம் போயிற்று. அதன் மத்தியில் கூரையின் உச்சியைத் தாங்க ஓதைகால் கொடுத்துத் தூக்கி நிறுத்தியிருந்தனர். அடிப்பனை அளவு சதுரமாக இருந்த அந்தக் குறுக்குச் சட்டத்தின் மீது இவன் பார்வை திடீரென நிலைகுத்தி நின்றது. வால் அசைவுற்றது. பச்சைநிறக் கண்கள் இருவரையும் மாறிமாறிப் பார்த்தன. மெல்ல எழுந்து சடைவு முறித்தது. அணிலின் நிறச் சாயல் கொண்டிருந்தது. இவன் சல்லைவலையைக் கொஞ்சம் கொஞ்சமாக நீட்டினான். பூனை கீழே பார்த்தது. எந்தக் கணமும் குதித்துத் தப்பிக்கக்

கூடும். மொக்கியன் நடைப் பக்கம் நகர்ந்து நின்றான். சல்லை வலை பூனையின் நேர்மேலாக நின்றது. இவன் அசையாமல் பிடித்திருந்தான். தொங்கிய சுருக்குக் கயிறு பூனையின் கிட்டத்தில் இருந்தது.

ஊருக்குள் எங்கோ சேவலின் கூவல் ஒன்று சன்னமாய்க் கேட்டது. முன்கட்டில் அந்த முதியவர் யாருடனோ பேசிக் கொண்டிருந்தார். இருந்திருந்தாற்போல் சூறைக்காற்று மேற்கூரையில் மோதிக் கடந்தது. வெளிப்பக்கத்தில் புளியமரவாதுகள் அசைவுறும் ஓசை கேட்டது. பூனையைக் கீழே இறக்கி இழுத்தான். இவனுக்குச் சுருக்குக் கயிற்றுக்குள் பூனையின் கழுத்து சிக்கிக்கொண்டது போலவே இருந்தது. பூனை துள்ளியபடி சப்தமெழுப்பிற்று.

ஆனால், விட்டத்தின் இன்னொரு மூலைக்குப் பாய்ந்தது பூனை. நடையோரம் நின்றிருந்த மொக்கியன் கத்தினான்.

“தப்பிச்சிருச்சு…?''

“இல்ல… இன்னொன்னு இருந்திருக்கு…''

“நாம பாக்காமப் போயிட்டாம்போல''

“ம்ம்ம்… கொக்காரவோலி… அணலு வர்க்கத்தப் புடுச்சுட்டோம்… புலி வர்க்கத்தக் கோட்டவுட்டுட்டோம்…''

“முத்துன கடுவெ… வெதக்கொட்டையப் பாத்தியா வெளஞ்சு கெடக்கு..''

வீதியில் கோரைப்பாய் விற்பவனின் குரல் மறுபடியும் கேட்டது. புலி வர்க்கப் பூனை, கோம்பைச் சுவர் பக்கமிருந்து விட்டத்தின் மேல் தாவிக் குதித்தது. இவர்களை நோட்டமிட்டபடி விட்டத்தின் மறுமுனையை நோக்கி நடந்து போனது. தரையில் குதித்தால்தான் அதனால் தப்பிக்க முடியும். இவன் சல்லைவலையைக் கீழே இறக்கி நடைப்பக்கம் நீட்டினான். சுருக்குக் கயிற்றில் மாட்டிக்கொண்ட அணில் வர்க்கப் பூனை மூர்க்கமான உறுமலுடன் துள்ளியது. சுருக்கு இறுகஇறுக அதன் உறுமல் ஈனஸ்வரத்துக்குப் போயிற்று. இவன் பூனையின் கழுத்தைப் பிடித்துச் சுருக்கைத் தளர்த்திக் கழற்றினான். அதற்குள் மொக்கியன் சாக்குப் பையை விரித்துப் பிடித்துக்கொண்டு கிட்டத்தில் வந்தான். இவன் பூனையைத் தூக்கிச் சாக்குக்குள் போட்டான். பூனை மெல்லிய உறுமலுடன் சாக்கைப் பிராண்டியது. மொக்கியன் சாக்கைத் தூக்கிப் பிடித்து ஒரு குலுக்கு குலுக்கினான். பூனை அடிப்பகுதிக்குப் போயிற்று. சாக்கின் மேல் நுனியை ஒன்றாக்கிக் கயிற்றால் இறுக்கிக் கட்டினான். பின்பு சாக்குப் பையைச்

சுழற்றி நடைக்கு வெளியே தூக்கி வீசினான். சாக்குப்பை செறைஞான் செடிகள் முளைத்த வாசலில் போய் விழுந்தது. இவன் கோபமாக மொக்கியனைப் பார்த்தான்.

“செத்துரப் போவுது...''

“சாகட்டும் இம்முட்டுநேரமா அலக்கழிச்சுப் போட்டுதுல்ல...''

இவன் மேற்கொண்டு எதுவும் பேசவில்லை. எங்கிருந்தோ பறந்து வந்த ஒற்றைக் காகம் சேந்து கிணற்றுக் கப்பியில் உட்கார்ந்து கரைந்தது. இவன் சல்லைவலையைச் சாரங்கமாகப் பிடித்தபின் புலி வர்க்கப் பூனைக்குக் குறி வைத்தான். இவனுக்கு உடம்பெல்லாம் வியர்த்து வழிந்தது. மதியத்தில் புழுக்கம் தணியவில்லை. பூனை சுவரின் மேற்புறத்தில் ஏறி வந்தது. அதன் கண்கள் கீழே பார்த்தபடியே இருந்தன. சிறிதுநேரம் சென்றது. சுவரின் மேற்புறத்தில் இருந்த அரையிருட்டு இவனுக்கும் பிடிபட்டுவிட்டது. இவன் சல்லைவலையை நீட்டிப் பிடித்துப் பூனையைப் பின்தொடர்ந்தான். சுருக்குக் கயிறு பூனையின் வாலை ஒட்டினாற்போல் போயிற்று.

“மொக்கீ... நெலவுப் பக்கந்தா... தாண்டப் போகுது... கோட்டவுட்ராதே...''

மொக்கியன் நடைப் பக்கம் நகர்ந்து பூனையை நோட்டமிட்டான். நெற்றியில் ஒழுகிய வியர்வையை உருமாலை அவிழ்த்துத் துடைத்துக் கொண்டு திரும்பவும் கட்டிக்கொண்டான். பூனை மறுபடியும் விட்டத்துக்குத் தாவிற்று. விட்டத்தின் மீது ஒரு சிறுநடை நடந்து நின்றது. வாலை மேலே தூக்கி முதுகுவரை கொண்டுவந்து சடைவு முறித்தது. இவன் சல்லைவலையை வெட்டுகையை ஒட்டிய உயரத்துக்குக் கொண்டு சென்றான். சுருக்குக் கயிறு இப்போது பூனைக்கு நேர்மேலே தொங்கிற்று.

இவன் சல்லைவலையை அசைக்காமல் சுருக்குக் கயிற்றைக் கொஞ்சம் கொஞ்சமாகக் கீழே இறக்கினான். பூனையை நெருங்க இன்னும் ஓர் அடி தூரம்தான் தேவைப்பட்டது. பூனையும் நின்ற இடத்தில் அப்படியே நின்றது. அதன் கண்கள் கீழே தரையையே வெறித்தன. எங்கும் படுநிசப்தம். உக்கிரம் ஓட்டுவழியே இறங்கித் தகித்தது. இவன் பூனை எதிர்பாராத தருணத்தில் சல்லைவலையை விரைசலாகக் கீழே இறக்கினான். சுருக்குக் கயிறு பூனையின் காதோரம் மாட்டியது. பூனை தலையைச் சிலுப்பி உதறியது. பூனை நடையைப் பார்த்துக் குதித்தது. சுருக்குக் கயிறு அந்தரத்தில் தொங்கிற்று.

அதன் பின்பு மொக்கியனின் குரலும் பூனையின் சத்தமும்தான் கலந்து இவனுக்குக் கேட்டான்.

“த்தூத்... த்திரி மாதுர்ச்ச.. எவ்ளோ திமிர் மயிரு இருந்தா... மனுஷமேலயே பாயும்... நல்லவேளை கண்ணு தப்பிச்சுது...''

மொக்கியன் மேலும் கெட்ட வார்த்தையில் ஏதேதோ திட்டிக் கொண்டிருந்தான். இவன் பூனையைப் பார்த்தான். வீட்டின் மேற்கு மூலைச் சுவரோரம் குறுக்கும் நெடுக்கும் நடந்துகொண்டிருந்தது. இவன் சல்லைவலையைக் கீழே இறக்கிச் சரிப்படுத்தினான். மொக்கியனுக்குப் பூனைமீதிருந்த ஆத்திரம் இன்னும் தணியவில்லை.

“ஓம் புடுக்க நசுக்கி ஒன்ன அல்பாயூசுல கொல்றது நாந்தா மாப்புள்ளே...''

பூனை தப்பிக்க ஒரே வழி நடைதான். அங்கு மொக்கியன் கடுங்கோபத்துடன் காத்திருந்தான். வீதியில் ஈச்சட்டி வியாபாரி ஒருவனின் சப்தம் கேட்டது. பின்னர் அவனின் சைக்கிள் மணிச்சப்தம் தேய்ந்து ஒலித்தது. கூட்டக் காகங்களின் கரைப் பொலிகள் கூரைமீது கடந்துபோயின. இவன் கிழக்குச் சுவரோரம் ஒண்டி நின்று சல்லைவலையைப் பூனையை நோக்கி நீட்டினான். பூனை, பயத்துடன் சோர்ந்து நடந்து கொண்டிருந்தது.

“மியாவ்...''

நீண்ட நேரத்துக்குப் பின் குரல் எழுப்பிற்று. மேலே அண்ணாந்து விட்டத்துக்குத் தாவ எத்தனித்தது. மொக்கியன் சப்தமிட்டான்.

“வலைய நீட்டி வேடிக்க காட்டிட்டு இரு...அமுத்தீராதே...''

“பொறுய்யா... இது புலி வர்க்கம்... எந்த நிமிஷமும் ஏமாத்திரு....''

“அதத்தா.... நானுஞ் சொல்லறே...''

இவன் சல்லைவலையை இறக்கி, சுருக்குக் கயிற்றைப் பூனைமீது கவிழ்த்தான். பூனை துள்ளலுடன் குதித்தது. மொக்கியன் பூனையை நோக்கி ஓடினான். பூனை சுவரில் உந்தி, விட்டத்தில் ஏறிற்று. வெறும் சல்லைவலையைப் பிடித்துக் கொண்டு இவன் கத்தினான். மொக்கியனும் பதிலுக்குக் கத்தினான்.

“எனக்கு வர்ற ஆத்திரத்துக்கு இதே ஒரே அடியா அடிச்சுக் கொல்லப்போறே...''

“ம்ஹீம்... ஒரு பூனையைக் கொன்னு புடிக்கறது கொறவனுக்கு அழகில்ல...''

“அப்ப இந்த ஜென்மத்துல இந்தப் பூனையப் புடிக்க மாட்டே... ஊட்டுக்குள்ள வந்து ரெண்டு மணி நேரமாச்சு... ஒத்த பூனையத் தொறத்திட்டுக் கெடக்கறோம்... இந்நேரம் ஏழெட்டுப் பூனையைப் புடுச்சிருக்கலாம்...''

“இந்தப் புலி வர்க்கம் அந்த ஏழெட்டுப் பூனைக்கிச் சமம்...''

“அடேய்... இந்தப் புலி வர்க்கம் கள்ளங்கண்டிருச்சு. அதுகிட்ட உம்பவிசு எடுபடாது...''

“நீ போறதுன்னா போ... நா ஒத்தைக்கு ஒத்த, ஒரு கை பாக்கறேன்..''

மொக்கியன் பதில் பேசவில்லை. நடைமீது சாய்ந்து உட்கார்ந்து பீடி பற்றவைத்தான். பக்கத்து வீதியில் நாய்களின் குரைப்பொலி கூட்டாகக் கேட்டது. பூனை விட்டத்தின்மீது நின்று நடைப்பக்கம் ஊடுருவும் வெளிச்சத்தை நோட்டமிட்டுக்கொண்டிருந்தது. பின்பு விட்டத்தின்மீது குறுக்கும் நெடுக்குமாக நிலைகொள்ளாமல் அலைந்தது.

“தேவடியாப் பயபூன... ஒன்ன...''

இவன் சல்லைவலையை மோட்டுவளையை நோக்கி உயர்த்தினான். புலி வர்க்கப் பூனை விட்டத்தின் மறுகோடிக்குத் தாவிற்று. தாவிய வேகத்தில் பூனை கீழே குதித்தது. இவனால் சல்லைவலையைத் திடீரெனக் கீழே இறக்கி, பூனையை நோக்கி நீட்ட முடியவில்லை.

மொக்கியன் பீடியைத் துப்பிவிட்டு, கத்திக்கொண்டு எழுந்தான். சாக்கை எடுத்துக் கொண்டு அவன் நிமிர்வதற்குள் புலி வர்க்கம் நடைக்கு வெளியே பாய்ந்தது. வாசற்படி இறங்கி ஓடிற்று.

இருவரும் பார்த்துக்கொண்டே இருந்தார்கள். உடனே எதுவும் செய்ய முடியவில்லை. புலி வர்க்கம் வாசல் வெயிலில் போய் நின்று திரும்பிற்று. மொக்கியன் செருப்பைக் கழற்றி வீசினான். குறி தவறிச் செருப்பு செறைஞான் செடிகளுக்குள் போய் மறைந்தது.

புலி வர்க்கம் மதில்மேல் ஏறி மறுபுறம் தாண்டியது. மொக்கியன் பெருமூச்சு விட்டபடியே பேசினான்.

“கெழவஞ்சொன்னா கிண்ணாரக்காரனுக்கு ஏறுமா?''

“ஙொக்காரரோலி... நீ பேசாதடா...?''

இவனுக்கு வியர்வை கொட்டியது. இருவரும் வாசலில் வந்து நின்றார்கள். புலி வர்க்கம் ஓடி மறைந்த திசையை ஒரு கணம் பார்த்தனர். மொக்கியன் செருப்பைத் தேடி எடுத்துக்கொண்டான்.

ஊருக்குள் எங்கோ குழந்தை வீறிட்டு அழுதது. இவன் இயலாமையை மறைத்துக்கொண்டு பேசினான்.

"எப்படியும் நம்மகிட்ட சிக்கும்பாரே...?''

"ம்ஹீம்... இந்தூர்ல இருந்து... இது பின்னால திரியறதுதா... இந்த மொக்கியனுக்கு வேல...''

இவனுக்குக் கோபம் வந்தது. மொக்கியனை முறைத்தான். எதுவும் பேசாமல் சல்லைவலையை எடுத்துக்கொண்டான். சந்தில் புகுந்து நடந்தான். கூரைநிழல் சுவரோரம் சுருங்கிக் கிடந்தது. மொக்கியன் சாக்கைத் தூக்கி முதுகில் போட்டுக்கொண்டு பின்னே வந்தான். சாக்குக்குள் கிடந்த அணில் வர்க்கம் பிராண்டித் துள்ளிற்று. ஆகாசத்தின் உயரத்தில் ஒரு பருந்து வட்டமிட்டது.

வெளித்திண்ணைக் கட்டிலில் அந்த முதியவர் உறங்கிப் போயிருந்தார். ஒரு வெடைக் கோழி ஊரின் மேற்குத் திசையில் கேவும் ஓசை கேட்டது. அதனைத் தொடர்ந்து ஒரு சேவல் கொக்கரித்தது. நெடுந்தனிமைகொண்ட வீதியில் தெரிந்த முகங்கள் எதுவும் எதிர்ப்படவில்லை. இன்னொரு வளவுக்குள் புகுந்தார்கள். ஒரு கிழவி தண்ணீர் நிரம்பிய ஈயப் பானையை இடுக்கியபடி நிதானமாக நடந்துவந்தாள். இவனுக்குப் பகற்பொழுது நீட்சிகொண்டுவிட்டது போலத் தோன்றியது. முகிலினால் வெயில் மறைவதும் இறங்குவதுமாக இருந்தது. திண்ணை எறப்பு சரிந்த ஒரு வீட்டுக்குள் இருவரும் நுழைந்தனர். அக்னி மூலையில் சிதைந்த அடுப்படி இருந்தது. அதன் மேலே ஒட்டடையுடன் கூடிய தட்டோடுவரை கருமை படிந்து காணப்பட்டது. சுவர்கள் பிளவுண்டிருந்தன. காரையும், ஜல்லி மண்ணும் வீடெங்கும் இறைந்து கிடந்தன. உச்சியில் முகட்டுவளை விரிந்து, ஓடுகள் விலகியிருந்தன. வெயில் மால்களின் நிழலோடு தரையில் படிந்திருந்தன. இந்த வீட்டிலும் சலிப்புதரும் அமைதி நிலவியது. அரவம் எழுப்பாமல் இருவரும் அண்ணாந்து நோட்ட மிட்டனர். மங்கிய வெளிச்சமிருந்தது.

பூளைக் கொசுக்கள் ரீங்காரமிட்டபடி கண்களைச் சுற்றி மொய்த்தன. வெயில் பூச்சிகள் இன்னும் ஊருக்கு வெளியே சுத்திக்கொண்டிருந்தன. கோம்பைச் சுவருக்கு நேர்கீழே இருந்த ஜன்னலைப் பார்த்த இவன் திடுக்கிட்டான். அதன் நிழலில் சாவகாசமாகப் படுத்திருந்த கறுப்புப் பூனை இவர்களையே பார்த்துக் கொண்டிருந்தது. அது ஒருமுறை கண்களை மூடித் திறந்தது. மொக்கியனும் பூனையைக் கவனித்துவிட்டான். ஜன்னல் கம்பிகளுக்கு வெளியே கைப்பிடிச் சுவருடன் கூடிய ஒரு வீடு தெரிந்தது. இவன் மொக்கியனை எச்சரித்தான்.

"கரடி வர்க்கம்... உட்ரக் கூடாது..." மொக்கியன் கறுப்புப் பூனையைப் பார்த்தபடி நின்றான். இவன் சல்லைவலையை உயர்த்தி ஜன்னலை ஒட்டிப் பிடித்தான். பூனை துளியும் மிரளவில்லை. நேராக இவர்களையே பார்த்துக்கொண்டிருந்தது. கோம்பைச் சுவரில் மரப்பல்லி ஒன்று மேலேறியது. மொக்கியன் குசுகுசுவெனப் பேசினான்.

"படுத்திருக்கற தோரணையப் பார்த்தா... ஊட்டுப் பூனையா இருக்கும்போல இருக்கு..."

"எந்தப் பூனையா இருந்தா என்ன. புடிச்சு... வாட்டிர வேண்டியதுதா..."

"புலி வர்க்கம் மாதிரி ஆயிரப்போகுது..."

"அவவாக்குப் புடிச்ச நாயி... நீ... உந்நாக்குல நல்ல வார்த்தையே வராதா..."

பூனைமீது மட்டும் இவன் கண்கள் நிலைகுத்தியிருந்தன. சல்லைவலையைக் கீழே இறக்கினான். சட்டெனப் பூனை ஜன்னல் கம்பிகளுக்கு வெளியே தலையை நுழைத்தது. சுருக்குக் கயிறு பூனையின் பின்புறத்தில் இறுக்கிற்று. இவன் கத்தினான். மொக்கியன் வெளியே ஓடினான். பூனை பின்னங்காலோடு இறுக்கிய சுருக்குக் கயிற்றைச் சுலபமாகக் கழற்றிக் கொண்டது. ஜன்னலின் மறுபுறம் போய்விட்டது. ஒரு கணம் நிதானித்து எட்டிக் கீழே குதித்தது. அதன்பின் இவனுக்கு மொக்கியன் எதனையோ எடுத்து பூனைமீது வீசும் சத்தம் கேட்டது. இவனும் சல்லைவலையை எடுத்துக் கொண்டு வெளியே ஓடிப் போய்ப் பார்த்தான். வீதி வெயிலில் மொக்கியன் மட்டும் நின்றிருந்தான். தொலைவில் எதையோ வெறித்தபடி இருந்த அவன் இவனிடம் வந்தான். இருவரும் எதுவும் பேசிக் கொள்ளவில்லை. சேர்ந்து நடந்தார்கள்.

வெயில் தாழ்ந்துவிட்டது. முகில்களே இல்லாமல் ஆகாசம் வெளிறிக் கிடந்தது. சுவரின் நிழல் எல்லாம் கிழக்கே இறங்கிவிட்டது. வீதி நிழல்கட்டிப் போயிருந்தது. விறகுச் சுமையுடன் ஒரு பெண்மணி எதிர்ப்பட்டாள். அவள் பின்னே வந்து கொண்டிருந்த நாய் இவர்களைக் கண்டதும் வேறு சந்தில் புகுந்து ஓடிற்று. இருவரும் களைத்துப் பேயிருந்தார்கள். தாகம் எடுப்பதாக மொக்கியன் கூறியபடி வந்தான். சமீபத்தில் புறாக்கள் அணையத் தொடங்கியிருந்த ஒரு வீட்டில் நுழைந்து வெளியே வந்தார்கள். எச்சத்தின் துர்வாடையை இவனால்

என். ஸ்ரீராம்

தாங்க முடியவில்லை. மொக்கியன் எச்சிலைத் துப்பியபடியே இருந்தான். அடுத்து நுழைந்த நான்கைந்து வீடுகளிலும் சீமையோட்டுக் கூரை புகைபடிந்து போயிருந்தது. ஏனோ எந்த வீட்டிலும் பூனைகள் தென்படவில்லை. ஊருக்குள் பூனைகளின் அரவமேயில்லையோ எனப் பட்டது. பூனைகள் எல்லாம் எங்கோ போய்ப் பதுங்கிக் கொண்டன போலவும் தோன்றியது. புலி வர்க்கமும் கரடி வர்க்கமும் இவனுக்குத் திரும்பத் திரும்ப ஞாபகத்தில் வந்துகொண்டேயிருந்தன. இரண்டு பூனைகளும் அடுத்தடுத்துத் தப்பித்து விட்டதை நினைத்துப் பெரும் அவமானமாகக்கூட இருந்தது.

திடீரென எழும்பும் கோடைக்காற்றில் வீதிக் கொழிமணல்கள் பறந்தன. இருவரும் தலைவாசல் விநாயகர் கோவிலடிக்குப் போனார்கள். பஜனைமடத்துச் சுவரின் நிழலில் கூடைகள் கவிழ்த்து வைக்கப் பட்டிருந்த இடத்தில் குழந்தைகள் விளையாண்டு கொண்டிருந்தன. பெண்கள் கல் அடுப்புக் கூட்டி தனித்தனியே சமைத்துக் கொண்டிருந்தார்கள். ஒருத்தி உலை அரிசியைக் கரண்டியில் பார்த்துக் கொண்டிருந்தாள்.

மொக்கியன் பூனை இருந்த சாக்கைக் கீழே வீசிப் போட்டான். கிளம்பிப் போய் இரு கவட்டைக் கோலும் நேர்க்குச்சி ஒன்றும் வெட்டி வந்தான். கல் அடுப்புக்குச் சற்றுத் தள்ளி இரு கவட்டைக்கோலையும் சிறு இடைவெளிவிட்டு நட்டான். நேர்குச்சியைக் கவட்டைக்கோல் களுக்கிடையே வைத்துக் கட்டினான். குழந்தைகள் விளையாடுவதை நிறுத்திவிட்டு எழுந்து வந்தார்கள். சாயங்காலப் பொழுதாகி விட்டிருந்தது. ஐந்து குழந்தைகளும் கவட்டைக்கோல்களைச் சுற்றிலும் உட்கார்ந்து கொண்டார்கள்.

இவன் சாக்குப்பையைத் தூக்கி முடிச்சை அவிழ்த்தான். விரித்துப் பிடித்து உள்ளே பார்த்தான். அடியில் பூனை தத்தளித்துக் கொண்டிருந்தது. இவன் மெல்ல வலக்கையை உள்ளே நுழைத்தான். பூனை பயம் கலந்த மிரட்சியுடன் மேலே பார்த்தது. திடீரென இவன் பூனையின் கழுத்தைப் பிடித்து மேலே தூக்கினான். பூனை கால்களை உதறி இவன் கையைப் பிராண்ட முயன்றது. இவன் கைப்பிடியை இறுக்கினான். குரல்வளை நெரிபட நெரிபட பூனை கத்தியது. அதன் சத்தம் பச்சிளம் குழந்தை அபயக் குரலில் கத்துவது போலவே இருந்தது. அந்தரத்தில் பின்னங்காலும் வாலும் துள்ளின. இவன் கையை ஒரு சுழற்று சுழற்றினான். பின்பு பூனையைத் தரையில் வீசிப் போட்டான். பூனை மயக்கமுற்றுக் கிடந்தது. சிறு அசைவில்லை. லேசாக உயிர்

மட்டும் இருந்தது. காதோரம் ரத்தம் கசிந்திருந்தது. இவன் பீடி பற்ற வைத்துக்கொண்டான். குழந்தைகள் ஓடிப்போய்ப் பூனையைத் தொட்டுப் பார்த்தன. இவன் சத்தம் போட்டு குழந்தைகளைத் தூரப் போகச் சொன்னான். சிறிது நேரம் கழித்துப் பூனை மூர்ச்சை கலையாமல் பின்னங்காலை மட்டும் உதறியது. இவன் பூனையைக் கவனித்தபடி பீடியை உறிஞ்சி முடித்தான். ஊருக்குள்ளிருந்து வந்த ஒரு நாயையும் விரட்டினான். வள்ளுவக் குருவி ஒன்று பறந்து வந்து பஜனை மடத்துக் கூரையில் உட்கார்ந்து பூனையையே கவனித்துக் கொண்டிருந்தது.

இவன் பூனையைத் தூக்கிப் பிடித்தான். மொக்கியன் அரிவாள் மனையை எடுத்து வந்தான். பூனையின் கழுத்தை இழுத்துப்பிடித்து அறுத்துத் தலையைத் துண்டித்தான்த் துருத்திய கழுத்தெலும்பிலிருந்து ரத்தம் சொட்டியது. இவன் விரட்டிய அந்த நாய் திரும்பவும் வந்து அருகில் நின்றது. இவன் அரணாக் கயிற்றிலிருந்து சூரியை எடுத்துக் கொண்டே நாயை மீண்டும் விரட்டினான். நாய் சற்றுத் தள்ளிப் போய்க் குத்தவைத்து உட்கார்ந்துகொண்டது. நாக்கைத் தொங்கப்போட்டுக் கொண்டு இங்கேயே பார்த்தது. இவன் சூரியை நிமிர்த்திப் பூனையின் மேற்தோலை உரித்தான். மொக்கியன் உரித்த மேற்தோலை வாங்கிக் கொண்டான். பின்பு இவன் மேற்தோலைத் தலையோடு சேர்த்துப் பிடித்துக்கொண்டு கல்அடுப்புப் பக்கம் போனான். நாய் எழுந்து மொக்கியன் பின்னால் போயிற்று. பஜனை மடத்துக் கூரைமீது வள்ளுவக் குருவியைக் காணவில்லை. பொழுது மேற்கே சாய்ந்து கொண்டிருந்தது.

இவன் பூனையைத் தூக்கிக்கொண்டு கவட்டைக் கோலிடம் சென்றான். பூனையின் கால் நுனியை நேர்குச்சியோடு சேர்த்துக் கம்பியால் கட்டினான். பூனை இரு கவட்டைக் கோல்களுக்கிடையே தொங்கிற்று. பூனைக்குக் கீழே சருகுகளைப் போட்டுத் தீ மூட்டினான். சூடு ஏற ஏறப் பூனையைச் சுழற்றிவிட்டபடியே இருந்தான். வெளிர்சிவப்பான பூனையின் சதை கன்றத் தொடங்கிற்று. காற்று ஜூவாலையைச் சிதறடித்தது. அந்தி ஒளி மங்கி வந்தது. பள்ளிக்கூடத் திலிருந்து திரும்பிய குழந்தைகள் அவ்விடத்தில் நின்று வேடிக்கை பார்த்துவிட்டு நகர்ந்தன.

இவன் பொண்டாட்டியைக் கூப்பிட்டான்.

“நல்லா வாட்டியாச்சு... கொஞ்சம் வெந்ததியும் தணல அவிச்சிரு...”

அவள் தலைமட்டும் அசைத்தாள். அவன் எழுந்து வேட்டியை மடித்துக்கட்டினான். குழந்தைகளைப் பார்த்துச் சொன்னான்.

"கிட்டக்கவே உக்காந்திருங்க... கொஞ்சம் ஏமாந்தீங்கன்னாலும் நாயிகீது. கவ்விட்டுப் போயிடும்''

இவன் கிழக்குவெளி ஊர்த்தடத்தில் இறங்கி நடந்தான். மொக்கியன் உருமாலை இறுக்கிகட்டிப் பின்தொடர்ந்து வந்தான். நடைத்தடத்துப் புழுதிகள் பாதையோர ஆவாரஞ்செடிகள் மீது படிந்து கிடந்தன. இருவர் நிழலுருக்களும் நீண்டு முன்னால் போயின. இவன் நடக்கும்போது தன் நிழலை மிதித்து நடக்க முயன்றான். தடத்தின் இருமருங்கமைந்த கிளுவைவேலிகளில் படர்ந்திருந்த கொவ்வைக் கொடிமீது அந்தி மஞ்சள் வெயில்பட்டு வசீகரித்தது. தவிட்டுப் புறாக்களின் விம்மல் ஒலி எங்கோ தொலைவிலிருந்து வந்து கொண்டிருந்தது. வழியில் ஆட்கள் சொற்பமாகத் தென்பட்டனர். ஒருவனை நிறுத்தி மொக்கியன் விசாரித்துக்கொண்டான். அங்கிருந்து ஓர் இட்டேரி வடதிசைப் பக்கம் இட்டுச் சென்றது. இவர்கள் அதில் செல்லாமல் குளக்கரையை ஒட்டிய மேட்டில் ஏறினார்கள். நீர்வற்றிய குளத்தின் நிலம் பாளம்பாளமாக வெடிப்புற்றிருந்தது. கருவேலமரக் கிளைகளில் பசுங்குருத்திட்டிருந்தன. யாரோ செத்த நாயைக் கொண்டு வந்து போட்டுப் போயிருந்தார்கள். கருவேலமரத்தின் உச்சியில் மலைக் கழுகுகள் உட்கார்ந்திருந்தன. அவ்விடத்தைக் கடந்துவந்த பின்பும் வாடைக்காற்றில் நாற்றம் வீசிற்று.

சாராய அடுப்படியில் குடும்பர்கள் ஊறலை எடுத்து மொடாவில் கொட்டிக்கொண்டிருந்தனர். இருவரும் அருகில் சென்று ஆளுக்கு ஒரு டம்ளரை எடுத்துக்கொண்டனர். அங்கு கிடந்த கருங்கல்லின் மீது உறுமாலை அவிழ்த்துப் போட்டு இவன் உட்கார்ந்தான். ஆனாலும் பிஷ்டஷத்தில் சூடு ஏறியது. கிட்டத்திலேயே மொக்கியன் குத்தவைத்து அமர்ந்தான். சாராய அடுப்புக்குள் சீத்தைமுள்ளைத் திணித்துக் கொண்டிருந்த தண்டுவக் குடும்பன் ஒருவன் எழுந்து போய்க் குடத்திலிருந்து சாராயத்தைப் போசியில் மோந்து வந்தான். இருவரும் ஒரே நேரத்தில் கைகளை நீட்டி டம்ளரில் சாராயத்தை வாங்கிக் கொண்டு குடித்தனர். தொட்டுக் கொள்ள எதுவுமில்லை. அப்போது மேற்கே பனைகளினூடே பொழுது சிவந்து சரிந்துகொண்டிருந்தது. இடுப்பில் சடசடவெனத் தீப்பற்றி எரிய ஆரம்பித்தது. சூட்டின் காந்தல் புகையோடு விரவிற்று. மூன்றாவது டம்ளரை வாங்கிக் குடித்த மொக்கியனுக்குக் கனமான இறுமலுடன் புரை போயிற்று. அவன்

எழுந்து தள்ளிப் போய் இறுமினான். இவன் நான்காவது டம்ளரை வாங்கியதும் குடிக்காமல் தண்டுவக் கும்பனிடம் சொன்னான்.

"போதும் அப்பிச்சி..."

"ஏன்டா..."

"வேட்டை அப்பிச்சி..."

"எத்தனை...?"

"ஒன்னுதா..."

"அந்த ஒன்னும் பொட்டைப் பூனையா... இல்ல நெறமாசச் செனைப் பூனையாடா...?"

"ய்யே... அப்பிச்சி இப்பிடிச் சொல்லறீங்க?"

"உங்களைப் பத்தி எனக்குத் தெரியாதாடா... எப்படா நீங்க... காராடற கடுவம்பூனையைப் புடுச்சிருக்கீங்க..."

இவன் மேற்கொண்டு எதுவும் பேசவில்லை. டம்ளர் சாராயத்தை மடக்கென்று குடித்தான். டம்ளரைk கருங்கல்லோரம் வைத்துவிட்டு, காறி உமிழ்ந்தபடி எழுந்தான். குனிந்து உறுமால் துண்டை எடுத்துக்கொண்டு தண்டுவக் குடும்பனிடம் பணத்தைக் கேட்டுக் கொடுத்தான். குளத்தின் எந்த மூலையிலிருந்தோ காட்டுக் கோழிகள் ஓசையெழுப்பின. குளக்கரை மேட்டில் நடக்கும்போது, இவனுக்குப் பின்னாலிருந்து மொக்கியன் உளறிக் கொண்டு வருவது கேட்டது. இருள் வெளியெங்கும் பரவியது. இவன் விநாயகர்கோவிலடிக்கு வந்ததும் நேராக பஜனை மடத்துத் திண்ணைக்குப் படுக்கப் போனான். இவன் பொண்டாட்டி கிட்டத்தில் வந்து பேசினாள்.

"வெறும் வயித்தோட கெடக்கக் கூடாது... ஒருவா சாப்புட்டுப் போட்டுப் படுங்க..."

"எனக்கு வேண்டா..."

"சொன்னாக் கேளுங்க... செனைப் பூனைக்கறி காத்தால நஞ்சுபோயிரு..."

இவன் ஒருகணம் அவளையே பார்த்தான். சாராய அடுப்படியில் தண்டுவக் குடும்பன் சொன்னது ஞாபகம் வந்தது. இவனுக்குப் போதையில் என்ன செய்வதென்றே தெரியவில்லை. கோபமும் சேர்ந்து கொண்டது.

"த்துப்பு..."

இவன் ஆங்காரமாய்க் காறி அவள் முகத்தில் துப்பினான். அவள் இவனையே பார்த்துக்கொண்டு அப்படியே நகராமல் நின்றாள். இவன் வலக்காலைத் தூக்கி அவளின் அடி வயிற்றில் உதைத்தான். அவள் நிலைதடுமாறி வீதி மண்ணில் போய் விழுந்தாள். மேலும் இவன் கெட்ட வார்த்தையில் உளறலாக அவளைத் திட்டினான். அவள் புழுதியோடு எழுந்து குழந்தைகள் பக்கம் போனாள். இவன் அப்படியே நின்றுகொண்டிருந்தான். சிறிது நேரம் கழித்து அழுகையோடு அவள் குரல் கேட்டது. இதனை எல்லாம் மொக்கியன் எட்ட நின்று அமைதியாகப் பார்த்தபடி இருந்தான். இவனுக்குப் பிதிர் கெட்ட மாதிரி இருந்தது. மனசுக்குள் வெறுமை தோன்றியது. இவன் தள்ளாடியபடி நடந்தான். பஜனை மடத்துத் திண்ணை மீதேறிக் குறுக்கிப் படுத்துக் கொண்டான். உறக்கமே வரவில்லை. கண்களை மூடுவதும் திறப்பதுமாக இருந்தான். மொக்கியன் அவன் பங்கு வாட்டிய பூனைக்கறியைத் தின்றுவிட்டுக் கை கழுவும் சத்தம்கூடத் துல்லியமாகக் கேட்டது. ஊரின் இயக்கம் அடங்கிக்கொண்டிருந்தது. வெளி நிசப்தம் பூண்டது. சில்வண்டுகளின் ஓசை கேட்டது. தேய்பிறைக் காலத்து நிலா கீழ்த் திசையில் உதித்திருந்தது. இவனுக்கு அப்போதுதான் தான் தூங்கி விழித்திருப்பது தெரிந்தது. பசி வேறு வயிற்றை எரித்தது. எழுந்து ஒன்னுக்கிருந்தான். போதை பாதி தெளிந்ததுபோல் இருந்தது. ஆத்திரத்தில் அவளை அடித்தமா? இல்லையா? என்கிற குழப்பம் தோன்றியது. கல்அடுப்புப் பக்கம் போனான். தரையில் பாயை விரித்துப் போட்டு அவளும் குழந்தைகளும் தூங்கிப்போயிருந்தார்கள். கறிப்போசியைத் தேடினான். கூடையைக் கவிழ்த்து மூடி அதன் மேலே கல் வைக்கப்பட்டிருந்தது. இவன் கல்லைத் தூக்கிக் கீழே போட்டான். கூடையைத் தூக்கினாள். கறிபோசி இருந்தது. அதே இடத்தில் உட்கார்ந்து போசியைத் திறந்தான்.

உள்ளே கைவிட்டு ஒரு கறித்துண்டை எடுத்தான். வாயில் நீர் நிரம்பியது.

“மியாவ்... மியாவ்...''

இவன் கறித்துண்டைக் கடிக்கவில்லை. குரல் வந்த திசையை நோக்கினான். பஜனை மடத்துத் திண்ணையில் கரடி வர்க்கம் நின்றிருந்தது. சடைவு முறித்தது. அதன் வால் முன்னே வளைந்து முதுகைத் தொடுவதுபோல் இருந்தது.

“மியாவ்... மியாவ்...''

அப்போது விட்டத்திலிருந்து புலி வர்க்கமும் திண்ணைக்குக் குதித்தது. அசைந்து அசைந்து நடந்து கரடி வர்க்கத்திடம் சென்றது. இரண்டும் ஒன்றை ஒன்று முகர்ந்து கொண்டன. புலி வர்க்கம் முன்னங்காலைத் தூக்கிக் கரடி வர்க்கத்தின் மீது தாவியது. இரண்டும் கட்டிப்புரண்டு, பிறாண்டி, சிறுவிளையாட்டு விளையாடின. காராடின.

இவனுக்கு ஆத்திரம் கூடியது. கறித்துண்டைப் போசியிலேயே போட்டு மூடி வைத்தான். கையடக்கமாக இரு கல்லையும் எடுத்துக் கொண்டு எழுந்தான். சப்தம் எழுப்பாமல் மெதுவாக பஜனை மடத்துத் திண்ணையை நோக்கி நெருங்கினான். கைகள் கல்லை விட்டெறியத் தயாராயின. திடீரெனக் கரடி வர்க்கத்தின் குரல் விநோதமாயிற்று. புலி வர்க்கம் இந்தமுறை மூர்க்கமாகக் கரடி வர்க்கத்தின் மீது பாய்ந்தது. இவன் நெருங்கி வருவதை இரண்டும் பார்க்கவில்லை. இவன் வலக்கைக் கல்லை விட்டெறிந்தான். இரண்டு பூனைகளின் சப்தமும் ஒருசேரக் கேட்டது. அடி பலமாகப் பட்டிருக்கக்கூடும் என நினைத்தான். கல் சுவரில் மோதி இருளில் எங்கோ போய் விழுந்து தெறித்தது. இடக்கைக் கல்லை வலக்கைக்கு மாற்றி வீசக் கையை ஓங்கினான்.

“பூனையைக் கொன்னு புடிக்கறது கொறவனுக்கு அழகில்ல...''

பின்னாலிருந்து மொக்கியன் குரல் கேட்டது. இவன் திரும்பிப் பார்த்தான். இருளில் யாரையும் காணவில்லை. இரண்டு பூனைகளும் வீதிக்கு வந்திருந்தன. ஒன்றின் மீது ஒன்று ஏறின. புழுதியில் விழுந்து புரண்டன. மூர்க்கமாகக் காராடின. இவன் பார்த்துக்கொண்டே இருந்தான். பூனைகள் இவனைக் கண்டுகொள்ளவேயில்லை. இவன் சப்தம் எழுப்பாமல் கல்லைக் கீழே போட்டான். இரண்டாம் சாமம் நிசப்தமாகக் கடந்து கொண்டிருந்தது.

(உயிர் எழுத்து, நவம்பர் 2009)

பொம்மலாட்டத்தில் மகாராஜாக்கள்

இன்று ஞாயிற்றுக்கிழமை எழுந்திருக்கவே முடியாதளவுக்குச் சோம்பலாக இருந்தது. மிகுந்த உறக்கம் என்னை ஆட்கொண்டுவிட்டதை உணர்ந்தேன். அசதி இன்னும் அழுத்தியது. நேற்றிரவு குடித்த மதுவின் கிறக்கம் தெளியவேயில்லை. பசி எடுக்கவும் ஆரம்பித்துவிட்டது. குடல் எரிந்தது. கண்கள் விழிக்க முடியாமல் உறுத்தின. வலப்புறங்கையால் இரு இமைகளையும் மாறிமாறித் தேய்த்தபடி எழுந்து அமர்ந்தேன்.

கட்டிலுக்கடியிலிருந்து கொசுவத்திச் சுருளின் புகை இன்னும் அணையாமல் வந்து கொண்டிருந்தது. அதன் வாசனையுடன் மின்விசிறிக் காற்று எந்த உயிர்ப்புமின்றி அறையில் சுழன்றபடி இருந்தது. வெளியிலிருந்து கேட்கும் சிறுசிறு சப்தங்களினூடே இன்னும் நகரத்தின் காலைநேரப் பரபரப்பை ஊகிக்க முடிந்தது. அறைக் கதவு திறந்து வெளிச்சம் உள்ளே வந்து விழுந்துகொண்டிருந்தது. பக்கத்துக் கட்டில் காலியாகக் கிடந்தது. அறை நண்பர் கிளம்பிப் போயிருப்பார் எனத் தோன்றியது. கதவோரம் ஈரம் சொட்டும் பிளாஸ்டிக் வாளியும் மக்கும் வைக்கப்பட்டிருந்தன. விடிந்து வெகுநேரம் ஆகியிருக்கக் கூடும் எனப்பட்டது. சாளரங்கள் அற்ற சுவரில் ஒட்டடைகள் அசைந்தன.

நான் கைலியை இறுக்கி கட்டிக்கொண்டு கட்டிலிலிருந்து இறங்கினேன். கழிவறைக்குச் சென்றுவிட்டு முகத்தைக் கழுவிக் கொண்டு வந்தேன். ஹேங்கரில் தொங்கிய சட்டையை உதறி அணிந்து கொண்டேன். பாக்கெட்டில் பத்து ரூபாய்த் தாள்கள் சில இருந்தன. நான் அறைக் கதவை வெறுமனே சாத்தினேன். செருப்பைப் போட்டுக் கொண்டு மாடிப்படி இறங்கினேன். இரண்டாவது தளத்தில் சூரியஒளி படிந்திருந்தது. சுத்தமான காற்று வந்தது. குளியலறையில் வாளியில் தண்ணீர் விழும் சப்தம் மேன்சனின் எல்லாத் திக்கிலிருந்தும் கேட்டது.

நான் மேன்சனைக் கடந்து தெருவுக்கு வந்தேன். வானம் நீலநிறத்தில் இருந்தது. கட்டடங்கள் ஈரமாக இருந்தன. நேற்றிரவு மழை பெய்திருக்க வேண்டும். எந்நேரம் பெய்தது எனத் தெரியவில்லை. பதினொறு மணிக்குமேல்தான் நான் உறங்கச் சென்றேன். அதன் பின்புதான் ஏதாவது ஒரு பொழுதில் மழை இறங்கியிருக்கக் கூடும். பார்த்தசாரதி கோவில் வடபுற மதில்மேல் புறாக்கள் நடந்து கொண்டிருந்தன. தெப்பக்குளத்து முச்சந்திக் கடையில் டீ குடித்தேன். பின்பு நான் அங்கேயே சற்று நேரம் நின்றேன். ஆங்கில நாளிதழ் ஒன்றை வாங்கிக்கொண்டு மேன்சனுக்குத் திரும்பி நடந்தேன். வயிறு இறங்கிய செவலைப் பசு ஒன்று எதிரில் வந்தது. குறுகலான சந்தில் அது கடந்துபோக நான் விலகித் தாழிடப்பட்டிருந்த கதவோரம் ஒன்றிக் கொண்டேன். பசு தலையைக் குனிந்து எதையோ துழாவியபடியே நகர்ந்தது. வெயில் ஏறிக் கொண்டிருந்தது.

நான் விரைவாக நடந்தேன். மேன்சன் வரவேற்பறையில் மாமா உட்கார்ந்திருப்பதைக் கண்டதும் திடுக்கிட்டுப் போனேன். நான் வெளிக்காட்டிக் கொள்ளவில்லை. ஒன்றும் பேசவும் இல்லை. மாமா எழுந்தார். இருவரும் மேலே மாடிப்படிகளில் ஏறினோம். அறைக்கு வரும்வரை மாமா மௌனமாகவே வந்தார். நான் வெறுமனே சாத்தியிருந்த கதவைத் திறந்தேன். மின்விசிறி சப்தத்துடன் ஓடிக் கொண்டிருந்தது. புகைந்து கொண்டிருந்த கொசுவத்தி தீர்ந்து போயிருந்தது. அதன் சாம்பல் உதிர்ந்து தரையெங்கும் முடிகளுடன் சேர்ந்து இறைந்து கிடந்தது. மாமா அறை நண்பர் கட்டிலில் போய் உட்கார்ந்துகொண்டார். நான் ஆங்கில நாளிதழை என் கட்டில் மேலே வீசி எறிந்தேன். மாமா நகர்ந்து சுவரில் சாய்ந்து சரிவாய் உட்கார்ந்தார். என்னையே பார்த்தபடி இருந்தார். நான் மாமாவிடம் என்ன பேசுவது என நினைத்தேன். எதுவுமேயில்லை எனத் தோன்றியது. மாமாவுக்கு அப்படித்தான் தோன்றியதோ என்னவோ தெரியவில்லை. தொடர்ந்து மௌனித்தே இருந்தார்.

சிறிது நேரம் கழித்து நான் சட்டையைக் கழற்றி ஹேங்கரில் மாட்டினேன். சோப்பு, டவலுடன் வாளியையும் மக்கையும் தூக்கிக் கொண்டு குளியலறைக்குப் போனேன். எனக்கு எல்லாம் ஞாபகத்தில் அப்படியே இருந்தது. நேற்று நடந்ததுபோல நேர்ந்த ஒழுங்கும் வரிசைக்கிரமும் கொண்ட ஒரு படச் சுருளிலிருந்து பிம்பங்கள் விரிவதுபோல என் நினைவில் ஒவ்வொன்றாக விரியத் தொடங்கின.

அப்போது எனக்குப் பத்து வயதுதான். குளிர்காலத்தின் பொழுது விடிந்து சில கணங்களே ஆகியிருந்தன. எங்கும் மூடுபனி போர்த்திய

என். ஸ்ரீராம் | 129

ஊர் தனி வசீகரத்தில் துலங்கிற்று. அந்நேரத்திற்கான அன்றாட இயக்கங்கள் எதுவுமற்று இருந்தது. பறவைகளின் குரல்கூடக் கேட்கவில்லை. நான் திண்ணையில் உட்கார்ந்து வீதியைப் பார்த்தபடி இருந்தேன். வெண்படலத்துக்குள் ஆகாசமும் வீதியும் மங்கித் தெரிந்தன. கொக்குகள் படைபடையாக மேற்கு நோக்கித் தாழப் போய்க்கொண்டே இருந்தன.

திடீரென எதிர்வீட்டுக் கூரைமீது இரு கொண்டைக் குலாத்திகள் உட்கார்ந்து விநோதமான சப்தமெழுப்பின. புலர்ந்துவிட்ட பொழுது ஏறுவெயில் இறங்காத தவிப்பில் திணறிக் கொண்டிருந்தது. வெகு நேரத்துக்குப் பின்பு வாசலின் மேற்கு மூலையில் மட்டும் காலை வெயில் சிறியதாக விழுவதைக் கண்டேன். கல்உரல் பக்கம் வந்திருந்த சிட்டுக்குருவிகள் ஏதோ அரவம் கேட்டுத் திடுக்கிட்டுப் பறந்தன. சேந்து கிணற்றடியிலிருந்து தண்ணீர்க் குடங்களுடன் திரும்பிய அம்மா கக்கத்திலிருந்த குடத்தைத் திண்ணையில் இறக்கி வைத்தாள். பின்பு தலைக் குடத்தையும் இறக்கிப் பிடித்து சமையற்கட்டுக்குள்ளே குனிந்து போனாள். முந்தானைச் சும்மாடு நழுவித் தரை கூட்டியபடி அம்மாவோடு போயிற்று. உள்ளிருந்து ஊதுகுழல் ஊதும் ஓசை கேட்டது. தொடர்ந்து அம்மாவின் குரல் கேட்டது.

"வெறகெல்லாம் நவுத்துக் கெடக்கு... உங்கப்பா வர்றதுக்குள்ள எப்படிடா சோறாக்கறது... ம்ம்ம்... சொல்ல மறந்துட்டேனே உன்னச் சாய்ந்தரமா அத்த வரச்சொன்னா..."

இளமத்தியானம் வாக்கில் அம்மா என் தலைக்கு அரப்பு தேய்த்துக் குளிப்பாட்டிவிட்டாள். நான் மாமா வீட்டுக்குக் கிளம்பினேன். அந்தக் கணத்தில் ஊரில் சலனங்கள் அடங்கியிருந்தன. வீதிகள் முற்றிலும் அமைதியாகத் தோன்றின. மாமா வீடு தெற்கு வளவில் இருந்தது. பெரிய தொட்டிக்கட்டு வீடு. சீமைஓடு போட்டது. நான் போனபோது வெளிநடை சாத்தியிருந்தது. வாசற்படி ஏறினேன். கதவில் பூ வேலைப்பாடுகள் செய்யப்பட்ட இடத்தில் கைவைத்துத் தள்ளினேன். கதவு ஓசையோடு கொஞ்சமாய்த் திறந்தது. உள்வாசற்படி இறங்கினேன். உச்சி வெயில் படர்ந்த நடுவாசல் வந்தது. அந்த நடுவாசலைச் சுற்றிலும் உயரமான திண்ணைகள். செம்பு வளையம் பூட்டிய தூண்கள். அதன் எறப்பைத் தாங்கி நின்றன. திண்ணையிலிருந்து விசாலமான ஆசாரம் உள்ளே அறை அறையாய் விரிந்து போயிற்று. ஆசாரத்தின் மறுமுனை பின்கட்டு நடைவரை நீண்டு கிடந்தது.

அந்த ஆசாரம்தான் எங்களின் பெரும்பான்மையான நேரத்து வாசஸ்தலம். அந்த ஆசாரத்தைப் பிடிக்க இன்னொரு காரணமும் உண்டு. அதன் மேற்குச் சுவரில் ஆளுயர நிலைக் கண்ணாடி மாட்டப்பட்டிருக்கும். அந்தக் கண்ணாடியின் நேர்க்கீழே சுத்திண்ணை போன்ற சிறிய மேடையில் பவுடர் டப்பியும் சீப்பும் வைக்கப்பட்டிருக்கும். யார் வேண்டுமானாலும் எந்நேரமும் பவுடர் அடித்துக்கொள்ளலாம். தலை சீவிக் கொள்ளலாம். ஊர்க் குழந்தைகளுக்கும் வயசுப் பெண்களுக்கும் அங்கு பவுடர் அடிப்பதில் எப்போதும் பெரிய போட்டியே நிகழும். நான் பவுடர் அடித்துக் கொண்டிருந்தபோது, உள் வீட்டு நடையில் நின்று கலையரசியும் அத்தையும் என்னையே பார்த்துக்கொண்டிருப்பதைக் கண்ணாடியில் கண்டேன். என் முகமெங்கும் அப்பிய பவுடரை ஒற்றிச் சமப்படுத்த முயன்றேன். கலையரசி கைகொட்டிக் கேலியாகச் சிரித்தாள். அவர்கள் பின்னாலிருந்து ஊர்க் குழந்தைகள் சிலரும் சேர்ந்து சிரித்தார்கள். எனக்கு வெட்கம் வந்துவிட்டது. நான் அவரசமாகச் சட்டை நுனியைத் தூக்கி முகத்தைத் துடைத்தேன். முகத்தில் அடர்ந்து படிந்த பவுடர் சட்டென இயல்பாகவில்லை. அத்தை என்னருகில் வருவது கண்ணாடியில் தெரிந்தது. நான் திரும்பினேன். அத்தை என்னைப் பிடித்துக் கிட்டத்தில் இழுத்தாள். முந்தானையை விரித்து என் முகத்தில் அழுத்தித் துடைத்தாள். பவுடரைச் சரிப்படுத்தினாள். கலையரசியும் மற்ற ஊர்க் குழந்தைகளும் தொடர்ந்து என்னைக் கேலிபேசி பழிப்புக் காட்டினார்கள். நான் அத்தையின் பிடியிலிருந்து விலகினேன். அவர்களைத் துரத்திக் கொண்டு ஓடினேன். திண்ணையைச் சுற்றி நடுவாசலுக்குப் போனபோது, கலையரசி சிக்கிக்கொண்டாள். நான் கலையரசியைக் கீழே தள்ளிக் கிச்சுகிச்சு மூட்டினேன். தரையில் உருண்ட கலையரசி பெருஞ்சப்தமிட்டாள். ஆசாரத்திலிருந்து அத்தையின் குரல் வந்தது.

“எல்லோரும் சத்தம் போடாம ஒத்துமையா வெளையாடுங்க... துணிய அழுக்காக்கிக்கப் போறீங்க...''

ஊர்க் குழந்தைகளும் நடுவாசலுக்கு வந்தார்கள். எல்லோரும் வட்டமாகக் கூடினோம். ஒளிந்துகொள்ளும் தொட்டு விளையாட்டு ஆரம்பமாயிற்று.

“ச்சா... ப்பூ... த்ரீ..''

கலையரசியே சிக்கிக் கொண்டதில் எனக்குச் சந்தோஷமாக இருந்தது. அத்தை வந்து கலையரசியின் கண்களைப் பொத்திக் கொண்டு சப்தமிட்டாள்.

"எல்லோரும் சீக்கிரம் போயீ... ஒளிஞ்சுக்குங்க... பின்னால கெணத்தடிக்குப் போயிராதீங்க..."

நான் திண்ணை வாசற்படியேறி ஓடினேன். வீடெங்கும் காலடிச் சப்தங்கள் கேட்டன. திடீரென எல்லாம் அடங்கி வீடு நிசப்தமானது. திண்ணையில் கிழக்கு மூலையில் இருந்த உள்வீடு ஒன்றில் நுழைந்தேன். இருள் பிடிபடச் சிறிதுநேரம் ஆயிற்று. அங்கு நெல்மூட்டைகள் மோட்டுவளையில் இடிக்குமளவுக்கு அடுக்கி வைக்கப்பட்டிருந்தன. மூட்டை இடைவெளிச் சந்துக்குள் முட்டி நகர்ந்தேன். உலர்ந்த நெல்வாசனை தூசியுடன் மூக்கில் ஏறியது. உறங்கிக் கொண்டிருந்த வெள்ளைப் பூனை எழுந்து சடைவு முறித்து நகர்ந்துபோனது. பூனை படுத்திருந்த இடத்தில் நான் வாகாக உட்கார்ந்து கொண்டேன். வெளியிலிருந்து வரும் பேச்சு சப்தங்களை உற்றுக் கேட்டபடியே இருந்தேன். யார் யாரோ மாட்டிக்கொண்டார்கள். சிரிப்புச் சப்தம் கேட்டது. நேரம் போயிற்று.

நெடுநேரம் கழித்து ஆசாரத்திலிருந்து அத்தையின் குரல் கேட்டது. பின்னர் நடுவாசலிலிருந்து புஷ்பா கூப்பிட்டாள். நான் மூட்டைச் சந்திலிருந்து வெளியே வந்தேன். நடையைத் தாண்டும்போது, காதருகில் சப்தம் வந்தது.

"ப்பே.."

நான் திடுக்கிட்டுப் போனேன். உள்ளுக்குள் விறுக்கென்று அடித்துக் கொண்டது. கதவிடுக்கில் மறைந்து நின்ற கலையரசி எனக்கு முன்னால் திண்ணையில் இறங்கி ஓடினாள். நான் அவளைத் துரத்துவதுபோல ஆசாரம்வரை ஓடினேன். அப்போது அத்தை தட்டில் கச்சாயம் போட்டுக்கொண்டு வந்து ஆசாரத்தில் பொதுவாக வைத்தாள். நாங்கள் எல்லோரும் வட்டமிட்டு உட்கார்ந்தவாறே ஆளுக்கு ஒரு கச்சாயத்தை எடுத்துத் தின்ன ஆரம்பித்தோம். பின்கட்டு நடை திறந்து ஆசாரம் மேலும் வெளிச்சமாயிற்று. புஷ்பா கையில் பூக்கூடையுடன் உள்ளே வந்தாள். ஆசாரத்து ஊஞ்சலில் பூக்களைக் கொட்டி ஊர்க் குழந்தைகளோடு சேர்ந்து பூக்கட்டத் தொடங்கினாள். பெண் குழந்தைகளை நிலைக் கண்ணாடி முன் நிறுத்தி அத்தை சடைபின்னி விட்டுக்கொண்டிருந்தாள்.

சாயங்காலமாய் வீதியில் மாமாவின் குரல் கேட்டது. தொடர்ந்து நடுவாசலில் வந்து நின்று வெளியே பார்த்து யாரையோ கூப்பிட்டார். வெளிநடையிலிருந்து முத்து நாவிதர் உள்ளே வந்தார்.

“மூணு வண்டியக் கட்டுங்க... மளார்ன்னு வந்து சேருங்க... இன்னிக்கு ராடம் கட்டிய காரி எருதப் பூட்ட வேண்டா...''

முத்து நாவிதர் மாமாவைக் கும்பிட்டுவிட்டு வெளிநடை வாசற்படி ஏறி போனார். வெயில் மங்கி வந்தது. நடுவாசலில் நிழல் கட்டி விட்டது. வீதியில் மூன்று சவாரி வண்டிகளும் வந்து வரிசையாக நின்றன. முத்து நாவிதர் மட்டும் வண்டியிலிருந்து இறங்கி உள்ளே வந்தார். நடுவாசலில் நின்று ஆசாரத்தைப் பார்த்தபடி எல்லாக் குழந்தைகளுக்கும் சேர்ந்து சப்தமிட்டார்.

நாங்கள் எல்லோரும் வெளியே இறங்கி ஓடினோம். சவாரி வண்டி களில் ஏறிக் கொண்டோம். மாமா கடைசி வண்டியில் கடைசியாக ஏறினார். கம்பியைப் பிடித்து உட்கார்ந்தபடி முன்னால் திரும்பி மிரட்டும் தொனியில் குரல் கொடுத்தார்.

“முன்னத்து வண்டிக்காரனைப் பாத்து ஓட்டச் சொல்லு. எடவங்கொஞ்ச மெரளின்னு தெரியுமில்ல அவனுக்கு... கொழந்தைகளக் கூட்டிட்டுப் போறது... ஒன்னு கெடக்க ஒன்னு ஆயிறப் போவுது... வேய்க்கானமா தலக்கயித்த மெட்டிப் புடிக்கச் சொல்லு...''

வண்டிகள் ஒவ்வொன்றாக நகர்ந்தன. மஞ்சள் வெயில் படிந்த மண்பாதையில் புழுதி கிளம்பியது. மேற்கே தொடுவானத்துக்குக் கீழ் பொழுது அஸ்தமித்துக் கொண்டிருந்தது. தார்ச்சாலையில் வண்டிகள் ஏறியதிலிருந்து மைக் செட்டின் பாடல் காற்றோடு மிதந்து வந்தது டி.எம்.எஸ்ஸின் குரல். இருட்டும்போது வண்டிகள் திருமுருகன் திரையரங்கம் போய்ச் சேர்ந்துவிட்டன. விளக்கொளி படும் இடத்தில் இருந்த போஸ்டரில் ஆட்டுக்கிடாய் பெரிய கொம்புடன் முறைத்தபடி நின்றது. மாமா சொல்லிவிட முத்து நாவிதர் தலையை எண்ணிக் கொண்டு போய் எல்லோருக்கும் டிக்கெட் வாங்கி வந்தார்.

நாங்கள் படம் பார்த்து வெளியே வந்தபோது, எங்கும் இருள் கவிந்து கிடந்தது. வண்டிகள் பூட்டித் தயாராக நின்றன. நாங்கள் ஏறிக்கொண்டதும் கிளம்பின. தார்ச்சாலை ஏகாந்தமாக இருந்தது. எருதுகளின் கால் குளம்பு உராய்ந்து சில வேளையில் தீப்பொறி பறந்தது. புளிய வாதுகள் அசைவற்று வெறித்தன. மாமா இருளைப் பார்த்தபடியே கேட்டார்.

“என்ன முத்து ரொம்ப அமைதியா வர்றாப்பில இருக்கு...”

திடீரென டி.எம்.எஸ்ஸின் குரல் போன்ற சாயல் காற்றில் தனித்துத் தொற்றிப் படர்ந்தது.

“பருத்தி எடுக்கையிலே....

பலநாளும் பார்த்த மச்சா...”

அந்த வாரமெல்லாம் எங்களுக்குள் அந்தப் படத்தில் வந்த ஆட்டுக்கிடாய் பற்றிய பேச்சாகவே இருந்தது. அந்தப் பாடலையும் பாடியபடியே திரிந்தோம். அன்றைக்கு இருட்டியதும் அம்மா என்னைக் கூப்பிட்டாள்.

“வாடா, மாமா வூடுவெரைக்கும் போயிட்டு வர்றலாம்...”

“என்னம்மா சோலி...?”

“பருத்தி எடுக்க...”

அப்பா வாசலில் கட்டில்போட்டுப் படுத்திருந்தார். நானும் அம்மாவும் கிளம்பினோம். வீதி காற்றோடிக் கிடந்தது. புழுதி பாவிய தரையிலிருந்து கொழிமணல் எழும்பிப் பறந்தது. தேய்பிறைக் கால இருளில் வானமெங்கும் நட்சத்திரங்கள் மின்னின. மாமா வீட்டின் நடுவாசலில் கொத்தைப் பருத்தி குத்தாரி குத்தாரியாகக் கொட்டிக் கிடந்தது. ஊர்ப் பெண்கள் சுற்றிலும் உட்கார்ந்து ரக்கிலிருந்து பஞ்சை மட்டும் பிரித்து மக்கரியில் போட்டுக்கொண்டிருந்தார்கள்.

மாமா ஆசாரத்து ஊஞ்சலில் அமர்ந்து வெற்றிலை பாக்கு போட்டுக் கொண்டிருந்தார். எங்கிருந்தோ வந்த முத்து நாவிதர் உள்வாசற்படியில் நின்று பருத்தி எடுக்கும் பெண்களைப் பார்த்துப் பாடினார். அவரின் நிழல் பருத்திக் குத்தாரி மீது அசைவுடன் நீண்டு விழுந்தது.

“பருத்தி எடுக்கயில... பல நாளும் பாத்த மச்சா...”

பெண்கள் வெட்கப்பட்டுச் சிரித்தார்கள். மாமாவும் சிரித்தார். நானும் அம்மாவும் சிரித்தோம். அந்தச் சிரிப்புச் சப்தம் ஓய்வதற்குள் நான் அம்மாவின் காதோரம் கிசுகிசுத்தேன்.

“ஏம்மா... அடுத்து மாமா எங்களை எப்பம்மா சினிமாவுக்குக் கூட்டிட்டுப் போவாரு... கேட்டுச் சொல்லுமா?”

அம்மா உடனே ஆசாரத்துப் பக்கம் பார்வையைத் திருப்பி எல்லோருக்கும் கேட்பது போலச் சப்தமிட்டாள்.

“அண்ணோய் இனி எப்ப சினிமாவுக்குக் கூட்டிட்டுப் போவீங்கன்னு... உங்க மருமகப்புள்ள கேட்கறான்...''

பருத்தி எடுக்கும் பெண்கள் எல்லோரும் என்னையே பார்த்தார்கள். நான் இளஞ்சிரிப்புடன் வெட்கப்பட்டு வெளிநடையை நோக்கி ஓடினேன். உள்வாசற்படி ஏறும்போது மாமாவின் குரல் பின்னாலிருந்து கேட்டது.

“நா... எப்ப புள்ளைகள வுட்டுட்டு சினிமாவுக்கு போயிருக்கேன்... டெண்ட் கொட்டகையில் படம் மாத்தினாப் பாத்திர வேண்டியதுதான்...''

உப்புநீர் உடம்பெங்கும் பிசுபிசுப்பாய் அப்பிக் கொண்டது. உதட்டில் பட்டு உப்புக்கரித்தது. கதவின் மேல் போட்டிருந்த அழுக்கடைந்த டவலை உருவி எடுத்தேன். தலைமுடிகூடப் பிசுபிசுப்பாய் இருந்தது. துவட்டும்போது நீர்த்திவலைகள் தெறித்தன. கைலியையும் உருவி அணிந்து மடித்துக் கட்டிக்கொண்டேன். மக்கையும் சோப்பு டப்பாவையும் வாளியினுள்ளேயே போட்டேன். துவைத்த ஜட்டியை முறுக்கி நீரைப் பிழிந்தேன். அதை உதறித் தோளில் போட்டுக்கொண்டேன். கதவின் தாழ்ப்பாளைத் திறக்கும்போது, சப்தம் எழுந்தது. வராண்டாவில் என் ஈரக்கால் தடம் பதிந்ததைப் பார்த்தபடியே அறைக்கு வந்தேன்.

மாமா கட்டில்மீது இன்னும் அப்படியே உட்கார்ந்திருந்தார். முகம் நிச்சலனமாக இருந்தது. நான் தலைவாரிக்கொண்டேன். பனியனை அணிந்தேன். மாமா தன் காக்கிநிறப் பையைப் பிரித்து ஒரு பொட்டலத்தை வெளியே எடுத்தார். என்னிடம் நீட்டினார்.

“நா... இங்க வந்து பக்கத்துல பெருமாள் கோயிலடியிலதா சாப்பிட்டேன். அப்படியே உனக்கும் வாங்கிட்டு வந்துட்டேன். நீ காத்தால ஒழுங்காச் சாப்பிட மாட்டீன்னு தெரியும்...''

நான் நீண்ட வருடங்களுக்குப் பின்பு மாமாவின் பேச்சைக் கேட்டேன். குரல்கூட மாறாமல் இருந்தது. பொட்டலத்தை வாங்கிக் கொண்டேன். நான் அலுவலகம் கிளம்பும் அவசரத்தையும் மறந்து கட்டிலில் உட்கார்ந்தேன். விடுமுறை தினத்தில் வேலை வாங்கும் தனியார் நிறுவனங்களின் சாதுர்யத்தின் மீது கோபம் எழுந்தது. மெத்தையில் பழைய நாளிதழ் ஒன்றை விரித்துப் போட்டேன். அதன்மீது பொட்டலத்தை வைத்துப் பிரித்தேன். தண்ணீர் பாட்டிலை மாமாவே எழுந்துபோய் எடுத்துவந்து என் அருகில் வைத்தார்.

வாழை இலை மணத்துடன் பொங்கலும் வடையும் இருந்தன. மிளகுக் காரத்துடன் சுவையாக இருந்த பொங்கல் தொண்டையில் மென்சூட்டுடன் இறங்கியது. ஏனோ நாங்கள் மேற்கொண்டு எதுவும் பேசிக் கொள்ளவில்லை.

விடியப்போகும் சமயத்தில் நானும் அம்மாவும் வீட்டை விட்டுக் கிளம்பினோம். இருள் விலகுவதைப் பார்த்துக்கொண்டே ஊரைத் தாண்டிப் போய்க்கொண்டிருந்தோம். கரைவெளித் தடத்தில் ஆவாரஞ்செடிகள் பூக்களுடன் அசைந்தன. கிழக்கு வானில் முகில்கள் சூழ்ந்திருந்தன. நாங்கள் கரைவெளி வயலை அடைந்தபோது முகிலுக்குள் அடைபட்ட பொழுது வெளிப்பட்டுக் கொண்டிருந்தது. வரப்பில் ஏறி நடந்து போனோம். எங்கும் பழுப்பு வைக்கோல்கொண்டு மூடிய வயல்வெளி அறுவடைக்குத் தயாராக இருந்தது. ஆட்கள் கிடைத்தவர்கள் மட்டும் அறுவடை செய்துகொண்டிருந்தார்கள். கதிர் பொடையில் இருந்தபோதே அணையிலிருந்து தண்ணீர் வருவது நின்று போனது. சாய்பில்லாகக் காய்ந்துவிட்டது.

மாமா வயலை அடைந்தோம் ஆட்கள் களத்தில் தாம்பு பிடித்துக் கொண்டிருந்தார்கள். எட்டு ஜோடி எருதுகள் இறைந்த நெற்கதிர்மேலே சுற்றி வந்துகொண்டிருந்தன. மாமா வரப்பில் அமர்ந்து எருதுக்காலில் மிதிபடும் வைக்கோல் குவியலையே பார்த்துக் கொண்டிருந்தார்.

உருமால் கட்டிய ஒருவர் நெற்கத்தைகளைக் கொடுங்கோலால் உதறிப் போட்டுக்கொண்டிருந்தார். அம்மா, மாமா அருகில் உட்கார்ந்துகொண்டாள். அம்மாவிடம் மாமா ஏதேதோ சொல்லிக் கொண்டிருந்தார். அம்மா ஆமோதிப்பாய்த் தலையசைத்தபடி இருந்தாள். நான் அறுவடையான வயலில் மழைத் தட்டான்கள் பறப்பதைப் பார்த்துக்கொண்டு இருந்தேன். வெகுநேரத்துக்குப் பின்பு மாமா சொன்னார்.

“ஒரு போகம் இல்லீனாலும் ஒரு போகம் ஒத்துக்கிட்டா உங்க கடன அடச்சிருவேன். நா...இன்னும் அசரல... நீ தைரியமாப் போய் மாப்புள்ள கிட்டச் சொல்லம்மிணி..’’

அம்மா எழுந்து கொண்டாள். திரும்பவும் நாங்கள் வரப்பில் ஏறி நடந்தோம். வயல்வெளி காற்றடங்கி சப்தமற்று இருந்தது. வீடு வரும்வரை அம்மா, மாமா கடனாகிவிட்டதைச் சொல்லியபடியே வந்தாள். மிகுந்த வருத்தத்துடன் அவள் பேச்சு இருந்தது. ஏறுவெயில் படிந்த அம்மாவின் கன்னத்தில் நீர்த்திவலைகள் திரண்டன. முந்தானையை எடுத்துத் துடைத்துக்கொண்டாள். நான் அம்மாவைப்

பார்த்தபடியே நடந்தேன். அந்த வயதில் எனக்கு அது எதுவும் புரியவில்லை. மேலும் சில வருடங்கள் போயிருந்தன. நான் கல்லூரி முடித்து ஊருக்கு வந்திருந்த சமயம் அது. ஒரு பகல்பொழுதில் முத்து நாவிதர் வந்து நடைமீது நின்று அம்மாவைக் கூப்பிட்டார். குசுகுசுவெனப் பேசினார்.

"நம்ம சின்னெசமாங்க வூட்டுல பேங்க்காரங்க ஜப்திக்கு வந்திருக்காங்க... என்னன்னு ஒரு எட்டுப்போயி... பாருங்க அம்மிணி...''

முத்து நாவிதர் சோர்ந்து போயிருந்தார். குரல் கம்மி விட்டது. முத்து நாவிதர் போன பின்னால், அம்மா சுவரில் சரிந்து உட்கார்ந்து குலுங்கி குலுங்கி அழுதாள். நான் கிளம்பி அவசரமாக மாமா வீட்டுக்குப் போனேன். மாமா வீட்டுச் சாமான்கள் எடுத்துவரப்பட்டு வீதியில் வைக்கப்பட்டிருந்தன. ஆசாரத்து ஊஞ்சல், மேற்குச் சுவர் நிலைக்கண்ணாடி எனக் கிடந்தன. வெளிநடைக் கதவைப் பெயர்த்திருந்தனர். எனக்கும் அழுகை வரும்போல் இருந்தது. மாமாவைக் காணவில்லை. அத்தையின் அலறலைக் கேட்டு மேலும் சில ஊர்க்காரர்கள் ஓடி வந்தார்கள். பேங்க்காரர் ஒருவர் சப்தமாகச் சொல்லிக் கொண்டிருந்தார்.

"உங்க வீட்டுக்காரரத் தாமதம் பண்ணாமச் சட்டுன்னு பணத்தைக் கட்டச் சொல்லுங்க... இல்லீனா ஏலத்துல வந்துதா சாமான்கள் மீட்கணும்...''

நான் வீதியோடு திரும்பிவிட்டேன். பின்மதிய வெயில் முகத்தில் அறைவதுபோல இருந்தது. மாமா எங்குப் போனார் எனத் தெரியவில்லை. எங்களுக்குத் தெரிந்த இடமெல்லாம் தேடிவிட்டோம். மாமா கிடைக்கவேயில்லை. ஜப்தியில் எடுத்துப்போன சாமான்களை ஏலம் விட்டபோது மீட்க யாரும் போகவில்லை. அதன் பின்னான நாட்களில் ஆசாரத்து ஊஞ்சலும் மேற்குச் சுவர் நிலைக்கண்ணாடியும் இல்லாத மாமா வீடு ஒருவித வெறுமையையே தோற்றுவித்தது. மாமாவின் பெண்கள் இருவரும் கவலையில் கன்னம் ஒடுங்கி மெலிந்துபோய் விட்டார்கள். இரவெல்லாம் அத்தை உறங்காமல் புலம்பிக்கொண்டு கிடந்தாள்.

மாதங்கள் கடந்து சென்றன. என் வாழ்விலும் சிக்கல் கடுமையாயிற்று. அன்று நான் வெளியில் அலைந்துவிட்டு வீட்டுக்குத் திரும்பியபோது, இருட்டி இருந்தது. அம்மா மதியம் எனக்கு ஒரு கடிதம் வந்ததாகச் சொல்லிக் கொடுத்தாள். நீலநிற இன்லேண்ட் கவர்,

பின்புறம் திருப்பி யார் அனுப்பியிருக்கிறார்கள் எனப் பார்த்தேன். சுபாஷினி_ஆக்ரா என இருந்தது. நான் அவசரமாகப் பிரித்துப் படிக்கத் தொடங்கினேன்.

அந்தப் பெண் தன்னை அறிமுகப்படுத்திக்கொண்டு சுருக்கமாக எழுதியிருந்தாள். நான், மாமா எங்கிருக்கிறார் என்கிற விசயத்தை அத்தையிடம் சொல்ல விடிந்ததும் கிளம்பினேன். பேங்க்காரர்கள் பெயர்த்த வெளிநடைக் கதவு இன்னும் எடுத்து மாட்டாமலே நடுவாசலில் கிடந்தது. குந்தானி தெரிய நிலவு தனித்து நின்றது. நான் திண்ணை மேலேறி நின்று குரல் கொடுத்தேன். வெளியே யாரையுமே காணவில்லை. மீண்டும் மீண்டும் குரல் கொடுத்த பின்னால் உள் வீட்டுக் கதவைத் திறந்து கொண்டு அத்தை, புஷ்பா, கலையரசி மூவரும் ஆசாரத்துக்கு வந்தார்கள். வீடு படுநிசப்தமாக இருந்தது. மூவரும் என்னை ஒரு கணம் பார்த்துவிட்டுத் தலைகுனிந்து கொண்டார்கள். அத்தைதான் பேசினாள்.

"நாங்க யாரோ கடன்காரங்கதான் வந்து காத்தால சத்தம் போடறாங்கன்னு பயந்துட்டோம்... இப்பப் பதில் சொல்லறதுக்கு உங்க மாமாவேற இல்லீல... அதான்...''

எனக்கு மாமாமேல் அளவிட முடியாத ஆத்திரம் பொங்கியது. அவர்களிடம் என்ன பேசுவது எனத் தெரியவில்லை. கிளம்பி வந்துவிட்டேன். அன்றிரவே நான் ஆக்ரா புறப்பட்டேன். சென்னைவரை பேருந்தில் பயணித்து, பின்பு ரயிலில் பயணித்தேன். முறையான பயண ஒழுங்கும் முன் பதிவும் இல்லாததால் மாறிமாறிப் போக வேண்டியதிருந்தது. எல்லா ரயில் நிலையத்திலும் சரியான கூட்டம் இருந்தது.

நான்கு தினங்களுக்குப் பின்னால் ஓர் அதிகாலை நேரத்தில் நான் அந்தப் பெண் குறிப்பிட்டிருந்த முகவரியைச் சென்றடைந்தேன். வடக்கத்தியக் குடும்பம்தான். என்னை நடுத்தர வயதுப் பெண்மணி ஒருத்தி விசாரித்துவிட்டுக் கூடத்திற்கு அழைத்துச் சென்றாள். மரநாற்காலியில் அமரச் சொன்னாள். வீடு பரபரப்பின்றி இருந்தது. மாமாவைக் காணவில்லை. கோதுமை பிசைந்த கையோடு முக்காடிட்ட இன்னொரு பெண் எட்டிப் பார்த்துவிட்டுப் போனாள். வெளியே காலைப் பனி மூட்டம் இன்னும் விலகாமல் இருந்தது. எங்கும் குளிர் விரவிய காற்று வீசுவது தெரியாமல் வீசிற்று. அந்த நடுத்தர வயதுப் பெண்மணி என்முன்பு அமர்ந்து பேசினாள். தமிழைத் தெளிவாக உச்சரித்தாள்.

சிறிது நேரத்திற்குப் பின்பு யமுனை ஆற்று வழியிலிருந்து மாமா குளித்துவிட்டு வந்து சேர்ந்தார். என்னைக் கண்டதும் மெல்லச் சிரித்துக் கொண்டார். எதுவும் பேசவில்லை. எங்களுக்குக் காலை உணவாகப் பருப்புக் குழம்புடன் சப்பாத்தி பரிமாறினார்கள். பின்பு அந்த வீட்டின்முன் அறையில் இரும்புக் கட்டில்மீது கம்பளிப் போர்வை விரித்துப் போட்டு என்னை ஓய்வெடுத்துக்கொள்ளச் சொன்னார்கள். அசதியில் நான் படுத்ததும் உறங்கிவிட்டேன். நான் எழுந்து பார்த்த போது, அந்தி ஒளி மங்கிவிட்டது. மாமா வீட்டின் முன்பு கிணற்றை ஒட்டிய இடத்தில் அந்த இன்னொரு பெண்ணோடு சேர்ந்து கீரைப் பாத்தி பிடித்துக்கொண்டிருந்தார். திரும்பவும் இருவரும் யமுனை ஆற்றங்கரை வரை நடந்தோம். தோல் ஆலையின் கழிவு ஒன்று நடைபாதையை ஒட்டி ஒழுகி வந்துகொண்டிருந்தது. அதில் நெளியும் சிறு புழுக்களை பம்மி நடந்தபடி நாரைகள் கொத்தித் தின்று கொண்டிருந்தன. நஞ்சுபோன அருசிச்சாதம்போல ஒருவித துர்வாடை சூழ்ந்திருந்தது. வழியின் இருமருங்கிலும் பிச்சை எடுப்பதையே தொழிலாகக் கொண்ட சில குடும்பங்கள் வசித்தன.

கரையில் நிறையப் பெண்கள் துணி துவைத்துக்கொண்டிருந்தார்கள். அந்த இடத்திலிருந்து கண்ணுக்கெட்டிய தூரம்வரை நதி வளையாமல் போயிற்று. தண்ணீர் கலங்கலாய் ஓடிற்று. கூழாங்கற்கள் வழுக்கின. பாதம் ஊன்றுவது கடினமாக இருந்தது. நானும் மாமாவும் இடுப்பளவு நீர்வரை உள்ளே இறங்கி நடந்தோம். மாமா அப்படியே முங்கிமுங்கிக் குளித்தார். என்னால் உடனே நீருக்குள் முங்க முடியவில்லை. உடம்பு சில்லிட்டது. வழுக்கலான பாறைமீது ஏறி உட்கார்ந்தபடி நான் மாமாவைக் கேட்டேன்.

“எதுக்காக இவ்ளோ தூரம் ஓடி வந்தீங்க...''

மாமா என்னை ஏறிட்டுவிட்டுப் பதில் பேசவில்லை. துண்டை முறுக்கிப் போட்டு முதுகில் ஊத்தை தேய்க்க ஆரம்பித்தார். காற்று பனியோடு வீசிற்று. வெளிச்சம் குறைந்து வந்தது. நான் மறுபடியும் மாமாவிடம் கேட்டேன்.

“சரி அதவிடுங்க... இங்க எப்படி வந்து சேர்ந்தீங்க...''

“ரெண்டு மாசம் எங்கெல்லாமோ அலைஞ்சிட்டேன்ப்பா.. ஒரு நாதியில்லாத தேசாந்திரி மாதிரி... கையில நயாபைசா இல்ல... மூணு நாளா சாப்பாடு கெடைக்கல... சரி செத்துப் போலாமுன்னு முடிவு செஞ்சேன். அப்பத்தான் ஒருத்தர் சொன்னாரு... கிட்டத்துலதான்

தாஜ்மஹால்ன்னு. சரி தாஜ்மஹாலப் பாத்துட்டுத்தான் சாவோமேன்னு தாஜ்மஹாலப் பாக்கப் போனேன். அங்கிருந்து நடந்தே இங்கிருக்கிற ஆத்துப் பாலத்துக்கு வந்தேன். பாலத்து மேலிருந்து குதிச்சுச் சாகறது தான் திட்டம்... ஆனா அந்நேரத்துல ஆத்துப்பாலத்துக் கட்டை மேல நெறையப் பசங்க உக்காந்து போற வார பொம்பளைகளை வேடிக்க பாத்துக்கிட்டு இருந்தாங்க... அப்போ சாயந்தரம் பொழுது எறங்கிட்டு இருக்கு... நா எட்டி கீழே ஆத்துல ஓடற தண்ணியப் பாக்கறேன்... உக்காந்திருக்கற பசங்களப் பாக்கறேன்.. ஏனோ குதிக்க முடியல... அந்தக் கணந்தான் நாம என்ன தப்பு செஞ்சோம்... நாம ஏன் சாகணும்னு தோணிச்சு... ஏ... அப்படித் தோணிச்சுன்னும் புரியல... ஊருக்குத் திரும்பறதா முடிவு செஞ்சேன்... ஆனா எந்த மொகத்த வெச்சுக்கிட்டு மறுக்காவும் ஊருக்குள்ள போறது....

உனக்குச் சொல்லி விடலாமுன்னு பாத்தா... இங்க ஆருக்கும் நம்ம பாஷை தெரியல... தந்தியடிக்கவோ... தங்கவோ கையில காசில்ல... சரி கடவுள் வுட்ட வழியின்னு சொல்லிட்டு 'உள்ளத்தில் நல்லவுள்ளம் உறங்காதடா கர்ணா'ன்னு சீர்காழியோட பாட்டச் சத்தமாகப் பாடிக்கிட்டு இந்த ஆத்துப் பாலத்துமேல குறுக்கும் நெடுக்குமா நடந்தேன்... அதக் கேட்ட எல்லாரும் என்னை விநோதமா... பைத்தியக்காரனப் பாக்கற மாதிரிப் பாக்கறாங்க... நா... பாடறத மட்டும் நிறுத்துல...

அப்போ லேசா வெளிச்சமிருக்கு... ஒரு பொண்ணு வந்து நீங்க மதராஸியான்னு கேட்டுச்சு... தலைக்கு முக்காடிட்ட வடக்கத்திப் பொண்ணு... நா... பாடறத நிப்பாட்டிட்டு அந்தப் பொண்ணப் பாக்கறேன்...''

மாமா பேசுவதைச் சற்று நேரம் நிறுத்தினார். மறுபடியும் ஒருமுறை நீரில் முங்கி எழுந்தார். தலையில் சொட்டிடும் நீர்த் திவலைகளை விரலால் துடைத்து எறிந்துவிட்டு மேலும் பேசினார்.

"அந்தப் பொண்ணோட ஊட்டுக்காரரு திருச்சியில பெல்லோ... கில்லோ ஏதோ ஒரு கம்பனிப் பேரு சொல்லிச்சு... அங்க பத்து வருஷம் வேல பாத்தாராம்... அதனால தமிழ் புரியும்னு சொல்லிச்சு... நா... அங்கேயே நின்று எங்கதையப் பூராவும் ஒரே மூச்சா சொல்லி அழுதுட்டேன். அப்புறம் ஊட்டுக்குக் கூட்டிட்டுப் போச்சு...''

அந்த நகரம் இரவில் மிகவும் அமைதியாகக் காட்சி அளித்தது. குளிர்மட்டும் அதிகமாக இருந்தது. அந்த வீட்டின் கூடத்தில் நானும்

மாமாவும் படுத்து உறங்கினோம். விடிந்தால் கிளம்புவது என முடிவு செய்திருந்தோம். உறக்கத்தில் என்னை யாரோ எழுப்புவதுபோல உணர்ந்தேன். விழித்துப் பார்த்தபோது மாமா எழுந்து உட்கார்ந்திருந்தார். என் கையைப் பற்றிக் கண்கலங்கியபடி பேசினார்.

"கடனக் கட்ட முடியாம பொண்டாட்டி புள்ளயத் தவிக்கவுட்டுட்டு ஊரவுட்டுப் ஓடிப் போனவந்தா நானு... இப்ப ஊருக்குப் போய் வயசுக்கு வந்த ரெண்டு பொட்டப் புள்ளைய எப்படிக் கட்டிக் குடுப்பேன்னு நெனைச்சேன்... என்னால தாங்கிக்க முடியலைப்பா..."

மாமாவின் குரல் தழுதழுத்தது. நான் சமாதானப்படுத்தி மாமாவைத் திரும்பவும் படுக்க வைத்தேன். ஊருக்கு வந்ததும் நான் என் வீட்டில் பேசினேன். நான் புஷ்பாவைத் திருமணம் செய்துகொள்ள எங்கள் வீட்டில் யாருக்கும் இஷ்டமில்லை. என் முடிவில் நான் உறுதியாக இருந்தேன். கடைசியாக அம்மா அரைமனதாகச் சொன்னாள்.

"வள்ளியரச்சல் குருக்கள்கிட்ட ரெண்டு ஜாதகத்தையும் குடுத்துப் பாப்போம்... பண்ணிக்கலாம்னு சொல்லிட்டா எனக்கு எந்த ஆட்சேபணையுமில்ல..."

அதுகூடத் தட்டிக்கழிப்பதற்கான வார்த்தையாக எனக்குப்பட்டது. வள்ளியரச்சல் வரும் முன்பே ஒரு முக்கில் மினி வண்டி திரும்பிவிட்டது. நானும் மாமாவும் இறங்கிக்கொண்டோம். அந்த இடத்தில் பாதையோரமே ஒரு கிணறு இருந்தது. சிப்பிலி மீன்கள் நீரின் மேல்மட்டத்தில் நீந்திக்கொண்டிருந்தன. ஜோதிடர் வீட்டில் இல்லை. அவர் வரும்வரை ஊர்த் தலைவாசல் ஆலமரத்தடியில் வந்து உட்கார்ந்துகொண்டோம். இளமதியம் கடந்தது. ஜோதிடர் சைக்கிளில் வந்து சேர்ந்தார்.

முதலில் புஷ்பாவின் ஜாதகத்தை மாமா ஜோதிடரிடம் கொடுத்தார். கூடவே என் ஜாதகமும். வெளியே வெயிலோடிய மண் வீதி ஆள்நடமாட்டமின்றி வெறிச்சோடிக் கிடந்தது. சிட்டுக்குருவிகள் திண்ணையில் வந்து உட்காருவதும் பறப்பதுமாக இருந்தன. ஜோதிடர் பஞ்சாங்கத்தை விரித்து, விரல் விட்டு ஏதோ எண்ணினார்.

"இது ரெண்டுக்கும் துளியும் பொருத்தமில்லை. கல்யாணப் பேச்சுன்னா இதுக்கு மேல பேச வேண்டாம்..."

மாமா என்னைப் பார்த்தார். எனக்குச் சங்கடமாக இருந்தது. ஜோதிடர் பஞ்சாங்கத்தை மூடி வைத்தார். ஜாதகங்களையும் மூடி எங்களிடம் நகர்த்தினார். மாமா உடனே கலையரசி ஜாதகத்தை எடுத்துக் கொடுத்தார்.

“இந்தப் புள்ள ஜாதகத்துல பொருத்தமிருக்கான்னு பாருங்க...’’

ஜோதிடர் ஜாதகத்தை வாங்கி இராசிக்கட்டத்தை உற்று நோக்கினார். சிறிது நேரங்கழித்துக் கணக்குப் போட ஆரம்பித்தார். நாங்கள் இருவரும் ஜோதிடரையே பார்த்தபடி இருந்தோம். ஊருக்குள் எங்கோ நாய் குரைத்தது. அருகிலுள்ள வீட்டில் குழந்தை அழுது கொண்டிருந்தது. ஜோதிடர் மறுபடியும் பஞ்சாங்கத்தை விரித்து விரலில் ஏதோ கணக்குப்போட்டார். பின்பு என்னைப் பார்த்து மெல்லச் சிரித்தபடியே பேசினார்.

“ரெண்டு பேருக்கும் ஒம்போது பொருத்தமிருக்கு... நல்லாச் செய்யலாம்... ஆனா கல்யாணத்தை உடனே வெச்சுக்கணும்... இன்னும் இரண்டு மாசத்துல ஜாதகிக்குக் குருபலன் வெலகுது...’’

ஊருக்குப் பேருந்தில் திரும்பி வரும்போது, மாமா சிரித்துப் பேசியபடி வந்தார். நான் யோசித்தபடியே வந்தேன். மாமா புஷ்பாவுக்கு மாப்பிள்ளை தேடும் படலத்தையும் விரைவாக ஆரம்பித்தார். ஏனோ நான் புஷ்பாவைச் சந்திப்பதையேகூடத் தவிர்த்து வந்தேன். எங்கள் வீட்டிலும் கலையரசியே தேவலை என்றார்கள்.

புஷ்பாவுக்கு வந்த ஜாதகம் எதுவும் பொருந்தவேயில்லை. ஆறு மாதங்களுக்குப் பின்பு ஒரே ஒரு ஜாதகம் மட்டும் பொருந்தியது. மாப்பிள்ளை குடும்பத்தை எல்லோருக்கும் பிடித்திருந்தது. மாப்பிள்ளைக்கு நாற்பது வயதுக்கு மேலாகியிருப்பது மட்டும்தான் குறையாகப் பட்டது. பெருத்த உயரமாக இருந்தார். முன் வழுக்கை விழுந்திருந்தது. எலிமெண்ட்ரி ஸ்கூல் தலைமை ஆசிரியர் உத்தியோகம்.

புஷ்பாவுக்கு மாப்பிள்ளையைப் பிடிக்கவேயில்லை. முகம் களையிழந்துவிட்டது. பின்கட்டு நடையில் தனிமையாக உட்கார்ந்து எப்போதும் அழுதுகொண்டேயிருந்தாள். பார்க்கும் போதெல்லாம் கண்கள் சிவந்து கிடந்தன. கல்யாணத் தேதி வேறு நெருங்கிக்கொண்டிருந்தது. அத்தை என்னைப்போய் புஷ்பாவைச் சமாதானப்படுத்தச் சொன்னாள். நான் மதியமாய் மாமா வீட்டுக்குப் போனேன். உச்சிவெயில்பட்டு நடுவாசல் சூடேறிக் கிடந்தது. நான் ஆசாரத்தில் போய் உட்கார்ந்தேன். அத்தையும் கலையரசியும் தண்ணீர் பிடிப்பதற்காகக் குடத்தை எடுத்துக்கொண்டு வாசற்படி இறங்கிப் போனார்கள். அவர்கள் வீதியில் மறையும்வரை பார்த்தபடி இருந்தேன். புஷ்பா தட்டுப்படவில்லை. உள்வீட்டுக் கதவு பாதி சாத்திய நிலையில் இருந்தது.

நான் எழுந்து உள்வீட்டு நடையில் போய் நின்றேன். அகலத் திறந்து எட்டிப் பார்த்தேன். இருள் படிந்த வெளிச்சத்தில் புஷ்பா சுவரில் சாய்ந்து உட்கார்ந்திருந்தாள். என்னிடம் பேச அவள் பிரியப்படவில்லை. எனக்கும் என்னவோபோல் இருந்தது. நானாக மாப்பிள்ளையைப் பற்றிப் பேச்சைத் தொடங்கினேன். மோட்டுவளையை வெறித்தபடி இருந்த புஷ்பா, சட்டென எழுந்து நின்றாள். சப்தமான தொனியில் கத்தினாள்.

“உங்களுக்கு என்னைப் புடிக்கலை... கலையரசி மேலதான் கண்ணு... நிஜமாகவே புடிச்சிருந்தா ஜோசியம் பேச்சைக் கேட்டு இப்பிடிப் பண்ணமாட்டிங்க... நீங்க நல்லா வாழுங்க... நா எப்படியோ செத்துத் தொலையறேன்..''

புஷ்பா உடைந்துபோய் அழுதாள். நான், அழும் அவளையே சிறிதுநேரம் பார்த்தபடி இருந்தேன். எனக்கு மிகுந்த சங்கடத்தைத் தோற்றுவித்தது. ஊரும் அவ்வேளையில் சப்தமடங்கிக் கிடந்தது. புஷ்பா தொடர்ந்து விம்மி விம்மி அழுதாள். என்னாலும் தாங்கிக் கொள்ள முடியவில்லை. ஆசாரத்துக்கே வந்து உட்கார்ந்து கொண்டேன். யாருமற்று இருந்த வீட்டில் மேற்குபுறத் திண்ணையின் நிழல் மட்டும் நடுவாசலில் வந்து நீண்டு கொண்டிருந்தது. இரண்டு தினங்கள் போயின. புஷ்பாவை மாமா அடித்துவிட்டதாக அம்மா வந்து சொன்னார்கள். கல்யாண நாளிலும் புஷ்பா சிரிக்கவே இல்லை. மணக்கோலத்திலும் இறுகிய முகத்துடனேயே காணப்பட்டாள்.

புஷ்பா திருமணம் முடிந்து ஆறுமாதம் கழித்து எனக்கும் கலையரசிக்குமான திருமண வேலைகள் நடந்தன. ஆவணி மாதம் கடைசி வளர்பிறை. சிவன் மலையின் மேலே முகூர்த்தம். அடிவாரத்தில் ஒரு மண்டபத்தில் வரவேற்பும் சாப்பாடும் என ஏற்பாடாயிற்று. முந்தின இரவே நாங்கள் மண்டபத்துக்குப் போய்விட்டோம். எனக்கு இணைச்சீரும் மாமன் வீட்டு விருந்தும் நடைபெற்றன. விடிகாலையில் ஐந்து மணிக்கு முகூர்த்தம். சொந்தக்காரர்களின் வருகை ஆரம்பித்துவிட்டது. நான் எனது அறையில் முகூர்த்தத்துக்கான பட்டு வேட்டி, பட்டுச் சட்டையை அணிந்துகொண்டிருந்தேன். படியில் மலையேறும் சொந்தக்காரர்கள் சப்தமாகப் பேசியபடி புறப்பட்டுக் கொண்டிருந்தார்கள். அப்போது புஷ்பா, என் அறைக்கு வந்து ஏதோ சொல்லத் தயங்கினாள். பின்பு குனிந்து என் காதருகில் தாழ்ந்த குரலில் கூறினாள்.

“கலையரசியக் கோழி கூப்டதிலிருந்து காணா... இங்க எல்லாப் பக்கமும் தேடிட்டோம்... இப்ப என்ன செய்யறது மச்சா...''

நான் வெளியே வந்து மாமாவைத் தேடினேன். சமையல் நடந்த இடத்தில் ஓரமாக உட்கார்ந்து துண்டை வாய்க்குக் கொடுத்து குலுங்கி குலுங்கி அழுது கொண்டிருந்தார். சொந்தக்காரர்கள் எல்லாத் திக்கிலும் கலையரசியைத் தேடிப் புறப்பட்டார்கள்.

அன்று சாயங்காலம்தான் கலையரசி தோட்டியர் வளவுப் பையனோடு ஓடிப்போன விசயம் எங்களுக்குத் தெரிய வந்தது. எங்கள் பங்காளிகள் போய்த் தோட்டியர் வளவில் மிரட்டிவிட்டு வந்தனர். அந்தப் பையன் திருப்பூர் பனியன் கம்பனிக்குப் போய் வந்து கொண்டிருந்தவன். எப்படி கலையரசிக்குப் பழக்கம் ஏற்பட்டது என்பதும் எனக்கு அது எப்படி இவ்வளவு நாள் தெரியாமல் போயிற்று என்பதும் புதிராகவே இருந்தன. நான்கு தினங்களுக்குப் பின்னால் நாங்கள் இரு தரப்பும் ஊதியூர் காவல் நிலையத்தில் கூடினோம். கலையரசி அந்தப் பையனோடு வாழ்வதாகக் கூறிவிட்டாள். இன்ஸ்பெக்டரும் இருபத்திரண்டு வயதுப் பெண் சொல்வது தான் எடுபடும் என்று சொல்லிவிட்டார். அன்றிரவு மாமா அத்தையை வீதியில் இழுத்துப்போட்டு அடித்துக்கொண்டிருப்பதாகத் தகவல் வந்தது. ஆனால், எங்கள் வீட்டிலிருந்து யாரும் போகவில்லை. என்னவென்றும் கேட்கவில்லை.

மறுதினம் பொழுது விடிந்திருந்தது. மாமாவை வீட்டில் காணவில்லை என்று அத்தை இங்கு வந்து அழுதாள். உடனே நான் அத்தையுடன் கிளம்ப முயன்றேன். ஏனோ அம்மா தீவிரத்துடன் தடுத்தாள்.

“பட்ட அவமானம் போதும்... அந்த ஓடுகாலி குடும்பத்துக்கு இனியும் ஒதவுறதுன்னா நீயும் அப்படியே போய்க்க... எனக்குத் தலைச்சான் பையனில்லீன்னு நெனைச்சுக்கறேன்...''

நான் நடையைப் பிடித்து அப்படியே நின்று கொண்டேன். வாசற்படியில் நின்ற அத்தை வீதியில் இறங்கி அழுதுகொண்டே போனாள். நான் அத்தை மறையும்வரை பார்த்தபடியே இருந்தேன். வெயில் அனலோடிய வீதி திடீரென வெறிச்சிட்டுப் போனது. நான் ரொம்ப நேரம் அங்கு நின்றுகொண்டே இருந்தேன். அம்மாவின் குரல் வந்து என்னைச் சுய உணர்வுக்கு மீட்டது.

“கலையரசிக்கும் பறப்பயனுக்கும் சிநேகம் இருக்கறது முன்னாலேயே உங்க அத்தைக்குத் தெரிஞ்சிருக்கு... இந்த முண்டே

மாமாகிட்டச் சொல்லாம மூடி மறைச்சுட்டா... இல்லீனா நம்ம குடும்பத்துக்கு இவ்வளவு அவக்கேடும் நடந்திருக்காது..''

நான் ஊரில் இருந்த அதன் பின்னான நாட்களும் எனக்கும் மிகவும் சோதனை நிரம்பியதாகவே கடந்தன. திருப்பூர் சென்றிருந்த நான் ஒரு மதியத்தில் ஈஸ்வரன்கோவில் வீதியில் வைத்துக் கலையரசியை யதேச்சையாகப் பார்த்தேன். கலையரசி முகத்திற்கு அதிகப்படியான மஞ்சள் தேய்த்துக் குளித்திருந்தாள். வயிறு மேடிட்டிருந்தது. அந்தப் பையன் என்னருகில் வராமல் தள்ளி நின்றுகொண்டான். எல்லோரையும் நலம் விசாரித்த கலையரசி திடீரெனக் கரகரத்த குரலில் பேசினாள்.

"எங்க குடும்பத்தையும் உங்க வாழ்க்கையும் நா... சீரழிச்சுட்டேன் மச்சா... என்ன மன்னிச்சிருங்க...''

கலையரசியால் மேற்கொண்டு பேச முடியவில்லை. கைக் குட்டையால் கண்களைத் துடைத்துக்கொண்டாள். நகராமல் என்னையே பார்த்தபடியே இருந்தாள். அவளிடம் ஏதோ சொல்ல வருகிற தவிப்பு இருந்தது. நான் தர்மசங்கடத்துக்குள்ளானேன். நானும் எதுவும் பேசவில்லை.

நேரமாகிக்கொண்டே போயிற்று. ஒரு நிலையில் நான் மணிபர்ஸைத் திறந்து அதிலிருந்த மொத்தப் பணத்தையும் எடுத்துக் கலையரசி கையில் திணித்தேன். ஏனோ எனக்கு அந்த நேரத்தில் அதுதான் தோன்றியது. மேலும் அங்கு நிற்காமல் கிளம்பி வந்துவிட்டேன். இது நடந்து மூன்று தினங்களுக்குப் பின் இரவு அந்த சேதி வந்தது. தோட்டியர் வளவிலிருந்து ஆட்கள் எல்லாம் புறப்பட்டுப் போய்க்கொண்டிருந்தார்கள். மறுநாள் எங்கள் வளவிலிருந்து நான் மட்டுமே பார்க்கப் போனேன். வெயில் ஏறிக்கொண்டிருந்தது. திருப்பூர் பெரியாஸ்பத்திரி மர நிழலில் தோட்டியர் வளவு ஆட்கள் சோர்ந்துபோய் அமர்ந்திருந்தார்கள். அந்தப் பையனைக் காணவில்லை. சவத்தை மார்ச்சுவரிக்கு எடுத்துப் போய்விட்டதாகத் தெரிவித்தார்கள். நான் துயரம் மிகுந்த மௌனத்துடன் திரும்பிவிட்டேன். அன்றிரவு நடை வாசற்படியில் உட்கார்ந்துகொண்டு அம்மா தாங்க முடியாமல் சொன்னாள்.

"கழுத எவனக் கூட்டிட்டுப் போனா என்ன... நல்லா பொழைக்கணுமில்ல... சீமெண்ணய்யில எரிந்து சாம்பலாகறதுக்குதா... முண்ட இவ்வளவு அவசரப்பட்டிருக்கா...''

துக்கத்தில் நானும் உடைந்துபோனேன். அன்றிரவு என்னாலும் உறங்க முடியவில்லை. கலையரசி ஏன் அப்படியான முடிவைத் தேடிக் கொண்டாள் என்பதும் புரியவேயில்லை. அவளுக்கு என்னதான் நடந்திருக்கும் என்பதையும் யூகிக்க முடியவில்லை. கேள்விகள் புதிர்போலத் திரும்ப திரும்ப எழுந்து சுழன்றன. மனசு ஒருநிலை கொள்ளாமல் தவித்தது. புறச்சூழலும் விட்டேத்தியான வெறுமையை ஊக்குவித்தது. அப்போது காற்றுக் காலம் முடிவுறும் தருவாயில் இருந்தது. மழையற்றுப் போன ஊர்வெளி எவ்வித உயிர்ப்புமின்றிக் கிடந்தது. செம்மண்ணைத் தூற்றும் காற்று சதா மரங்களைப் பிடித்து உலுக்கி முறைச்சலோடு கடந்தது.

என் வீடும் எனக்கு எந்நேரமும் சோர்வையும், நிம்மதியற்றதுமான தருணத்தையுமே தந்துகொண்டு இருந்தது. நான் ஒவ்வொரு கணமும் நிலையற்றுப் போனவனைப் போலத் தவித்த ஒரு முன் இரவில் ஊரைவிட்டுக் கிளம்பினேன். ரயிலின் தடதடத்த ஓசையுடன் எதுவுமில்லாதவனாகப் பயணித்தேன். காலம் யார் பேச்சையும் கேட்ப தில்லை. அதன் போக்கில் வேகமாக ஓடிக்கொண்டே இருந்தது. சென்னைப் பெருநகரில் ஒரு மேன்சன்வாசியாகக் கடந்த பதினைந்து வருடங்களாகக் காலம் தள்ளிவிட்டேன்.

ஊருக்கும் எனக்குமான உறவு எந்த ஒரு ஒட்டுதலும் இன்றியே நிகழ்ந்துகொண்டிருந்தது. சமீபத்தில் தம்பிப் பொண்ணு வயசுக்கு வந்த சடங்குக்கும் புஷ்பா வீட்டுக்காரர் மரணத்திற்கும் என ஒரு முறை ஊர் போய் வந்தேன்.

மாமாவைப் பற்றிய சிந்தனையிலேயே அன்றைய பொழுதெல்லாம் கழிந்தது. நான் அலுவலகத்திலிருந்து மேன்சன் அறைக்குத் திரும்பும்போது அந்தி வெயில் மங்கத் தொடங்கியிருந்தது. மாமா நெற்றியில் திருநீறு துலங்கக் கட்டிலில் உட்கார்ந்திருந்தார். எதைப் பற்றியோ யோசித்தபடி இருந்தார். எட்டுமணிக்கு மேல் நானும் மாமாவும் நடந்தே கடற்கரைக்குச் சென்றோம். உப்புக் காற்று குளுமையாய் அடித்தது. மணலில் அமர்ந்திருந்தவர்கள் எழுந்து கலைய ஆரம்பித்தனர். குதிரையில் இரு காவலர்கள் போய்க் கொண்டிருந்தார்கள். நாங்கள் இருவரும் வெகு அருகில் ரோந்துக் கப்பலின் ஒளிச்சுடர் தெரிந்தது.

நான் மாமா எதையாவது பேசுவாரா என யோசித்தபடியே நடந்தேன். ஆனால், மாமா எதுவும் பேசவில்லை. மௌனமாகவே நடந்தார். பேசாத ஒருவரோடு நடப்பது கொடூரமானதாக இருந்தது.

அந்த நேரத்தில் புல்லாங்குழல் விற்பவன் சோகமயமான ஒரு இந்திப் பாடலை வாசித்தபடி கடந்தான். ஏதாவது பேச வேண்டும் என்பதற்காக நானாகப் பேச்சைத் துவங்கினேன்.

"இப்ப எங்க இருக்கீங்க?''

"ம்ம்ம்... அதவிடுப்பா... ஊருக்குகீது சமீபத்துல போயிட்டு வந்தியா?''

"ஆமா... நாலு மாசம் இருக்கும்...''

"அத்தைய, புஷ்பாவப் பாத்தியா?''

எனக்கு ஏனோ சட்டெனக் கோபம் வந்தது. "நீங்கதா அங்க போகப் போறதில்ல... அப்புறம் எதுக்கு அவுங்களப் பத்திக் கேட்கறீங்க... நாம வேற எதையாச்சும் பத்திப் பேசுவோம்...''

அதன் பின்பு எங்களிடையே கனத்த மௌனமே நிலவியது. கடலலையைப் பார்த்தபடி சிறிது நேரம் உட்கார்ந்திருந்துவிட்டுத் திரும்பிவிட்டோம். மாமா படுத்ததும் உறங்கிவிட்டார். அவரின் விலா எலும்புகள் ஏறி இறங்கிக்கொண்டிருந்தன. நான் கடற்கரையில் மாமாவிடம் அப்படிப் பேசியிருக்கக் கூடாது என நினைத்தபடியே விழித்துக்கொண்டு படுத்திருந்தேன்.

விடிந்ததும் மாமா எழுந்து குளித்தார். துணிகளை மடித்துப் பையில் திணித்தார். தரையில் படுத்திருந்த நான் விழித்தபடி இதையெல்லாம் பார்த்துக்கொண்டே இருந்தேன். பையைத் தூக்கிக்கொண்டே மாமா சுழலும் மின்விசிறியின் வேகத்தை குறைத்தார். பின் மெல்ல என்னிடம் பேசினார்.

"நா... போயிட்டு வரட்டுமாப்பா...''

நான் தலையை மட்டும் அசைத்தேன். எந்தப் பதிலும் சொல்லவில்லை. மாமா அறைக் கதவைச் சப்தமெழுப்பாமல் சாத்தினார். வராண்டாவில் அவரின் செருப்புச் சப்தம் மெல்லத் தேய்ந்தது. இரு வாரங்கள் போயின. நான் அலுவலகத் தொலைபேசியிலிருந்து எங்கள் ஊர் மளிகைக் கடைக்குக் கூப்பிட்டேன். அவர்களிடம் அத்தையைக் கூப்பிடுமாறு சொல்லிவிட்டு வைத்துவிட்டேன். சற்றுநேரம் கழித்துத் திரும்பவும் கூப்பிட்டேன். எதிர்முனையில் மாமா எடுத்துப் பேசினார். எனக்கு ஆச்சரியமாகவும் அதிர்ச்சியாகவும் இருந்தது. உடனே என்ன பேசுவது என்ன கேட்பது என வார்த்தைகள் வரவில்லை. ஏதோ ஒப்புக்குக் கேட்டேன்.

“எல்லோரும் எப்பிடி இருக்காங்க...''

“நல்லா இருக்காங்க...''

நான் மேற்கொண்டு பேசாமல் தொலைபேசியை வைத்து விட்டேன். ஏனோ எனக்குள் இப்போது நான் மட்டுமே தனித்து இருப்பதாகத் தோன்றியது. திரும்பவும் மனசெங்கும் வெறுமை உண்டாயிற்று.

(உயிர் எழுத்து, நவம்பர் 2008)